# അഖില കേരള വിശ്വകർമ്മ മഹാസഭ

ഏഴര പതിറ്റാണ്ടിന്റെ

സംക്ഷിപ്ത ചരിത്രം

എം. വി. രാജഗോപാലൻ

NOTION PRESS

NOTION PRESS

India. Singapore. Malaysia.

Published by Notion Press 2017

ഓം ശ്രീ വിരാട് വിശ്വകർമ്മണേ നമഃ

വര: ടി. പി. ജനാർദ്ദനൻ ആചാരി, നരിയാപുരം

# ഗ്രന്ഥകർത്താവ്

**എം. വി. രാജഗോപാലൻ**

പത്തനംതിട്ട ജില്ലയിലെ ഇലന്തൂരിൽ 1944 സെപ്റ്റംബർ 4ന് ജനനം. പ്രാഥമിക വിദ്യാഭ്യാസത്തിനു ശേഷം കേരള സർവകലാശാലയിൽ നിന്ന് സാമ്പത്തികശാസ്ത്രത്തിൽ ബിരുദാനന്തര ബിരുദം കരസ്ഥമാക്കി. സംസ്ഥാന പ്ലാനിംഗ് ബോർഡിലെ 17 വർഷത്തെ സേവനത്തിനു ശേഷം ഡെപ്യൂട്ടി ഡിസ്ട്രിക്ട് പ്ലാനിംഗ് ഓഫീസറായി 1999ൽ പത്തനംതിട്ടയിൽ നിന്ന് വിരമിച്ചു. അഖില കേരള വിശ്വകർമ്മ മഹാസഭ ജനറൽ സെക്രട്ടറിയായി 2000ൽ തെരഞ്ഞെടുക്കപ്പെട്ടു.

# സമർപ്പണം

അഖില കേരള വിശ്വകർമ്മ മഹാസഭയുടെ നേതാക്കളായി 2000-2022 കാലയളവിൽ തെരെഞ്ഞെടുക്കപ്പെട്ട് എന്നോടൊപ്പം പ്രവർത്തിച്ച, നമ്മെ വിട്ടുപിരിഞ്ഞ, എൻ. പി. ശങ്കരൻകുട്ടി മൂവാറ്റുപുഴ (മഹാസഭ പ്രസിഡന്റ് & വൈസ് പ്രസിഡന്റ്), കെ. ശങ്കരൻ ആചാരി കായകുളം (മഹാസഭ സെക്രട്ടറി), ടി. കെ. പൊന്നപ്പൻ ബാലഗ്രാം (ബോർഡ് മെംബർ), അഡ്വ: സി. വി. മോഹനൻ ചെന്നിത്തല (കൗൺസിലർ), പി. പ്രഭാകരൻ കരുനാഗപ്പള്ളി (കൗൺസിലർ), എ. രാമചന്ദ്രൻ ആചാരി പെരിനാട്, കൊല്ലം (ബോർഡ് മെംബർ), ജി. കേശവൻകുട്ടി അമ്പലപ്പുഴ (ബോർഡ് മെംബർ), പി. വാസുദേവൻ മുളങ്കാടകം (മഹാസഭ പ്രസിഡന്റ്), എം. ജി. പി. ആചാരി പത്തനംതിട്ട (മഹാസഭ ജനറൽ സെക്രട്ടറി & പ്രസിഡന്റ്), അഡ്വ: എൻ. രാജഗോപാലൻ കൊല്ലം (മഹാസഭ ജനറൽ സെക്രട്ടറി & പ്രസിഡന്റ്), അഡ്വ. വി. യൂ. ലംബോധരൻ മീനച്ചിൽ (മഹാസഭ പ്രസിഡന്റ്), ആർ. എസ്. ഉണ്ണി കോട്ടയം (ബോർഡ് മെംബർ), വി. കെ. പ്രകാശൻ കോട്ടയം (ബോർഡ് മെംബർ), കുന്നത്തൂർ ഗോപാലൻ കുന്നത്തൂർ (ബോർഡ് മെംബർ), അഡ്വ: കെ. ചന്ദ്രൻ പത്തനാപുരം (മഹാസഭ പ്രസിഡന്റ്), ഇ. എസ്. കൃഷ്ണൻ ആചാരി (ബോർഡ് മെംബർ, ചങ്ങനാശ്ശേരി) കെ.

വി. ശങ്കുണ്ണി (യൂണിയൻ ഖജാൻജി, ചങ്ങനാശ്ശേരി) ശിവദാസൻ ആചാരി പത്തനാപുരം (ബോർഡ് മെംബർ), പി. എൻ. പൊന്നപ്പൻ ആചാരി കോന്നി (മഹാസഭ സെക്രട്ടറി), എം. എസ്. വിശ്വനാഥൻ ഇലന്തൂർ (യൂണിയൻ പ്രസിഡന്റ്, പത്തനംതിട്ട), ചന്ദ്രൻ ആചാരി ചെങ്ങന്നൂർ (യൂണിയൻ പ്രസിഡന്റ്, ചെങ്ങന്നൂർ), കുമാരസ്വാമി, മുതുകുളം (യൂണിയൻ പ്രസിഡന്റ്, കാർത്തികപ്പള്ളി), മുത്തുസ്വാമി ആചാരി (യൂണിയൻ സെക്രട്ടറി, മാവേലിക്കര) നീലകണ്ഠൻ ആചാരി (യൂണിയൻ പ്രസിഡന്റ്, കൊട്ടാരക്കര), സി. കെ. കുട്ടൻ ആചാരി, ജി.ചെല്ലപ്പനാചാരി (യൂണിയൻ സെക്രട്ടറിമാർ, കൊട്ടാരക്കര) എന്നിവർക്കും മൺ മറഞ്ഞുപോയ അനേകം സംഘടനാ പ്രവർത്ത കർക്കും ഈ ഗ്രന്ഥം സമർപ്പിക്കുന്നു.

സമുദായ പ്രവർത്തനത്തിന്റെ മാനസിക സംഘർഷങ്ങൾക്കിടയിൽ എനിക്ക് താങ്ങും തണലുമായി നിന്ന് എന്നെ വിട്ടുപിരിഞ്ഞ പ്രിയപത്നി ഓമനയ്ക്കും സമർപ്പിക്കുന്നു.

# ഉള്ളടക്കം

# അവതാരിക

അഖില കേരള വിശ്വകർമ്മ മഹാസഭയുടെ ആരംഭം മുതൽ നാളിതുവരെയുള്ള ചരിത്രത്തെ സംക്ഷിപ്ത മായി വിവരിച്ചിരിക്കുന്ന ഒരു പുസ്തകമാണിത്. ഇന്നത്തെ തലമുറയെ സംബന്ധിച്ചിടത്തോളം മഹാ സഭയുടെ മുൻകാലചരിത്രം അറിയുന്നത് ഭാവികാല പ്രവർത്തനങ്ങൾക്ക് വളരെയധികം പ്രയോജനം ചെയ്യും.

സഭയിലെ നാളിതുവരെയുള്ള പ്രവർത്തകരിൽ ആർ ക്കും ചെയ്യുവാൻ സാധിക്കാതിരുന്ന ഒരു കാര്യ മാണ് എം. വി. രാജഗോപാലൻ ചെയ്തിരിക്കുന്നത്. മഹാസഭയുടെ ആദ്യകാല പ്രവർത്തകർ മുതൽ ഇന്നോളമുള്ള പ്രവർത്തകരുടെ ചരിത്രം സംക്ഷി പ്തമായി രേഖപ്പെടുത്തി അത് പുസ്തകരൂപത്തിൽ ആക്കി പ്രസിദ്ധീകരിക്കാനുള്ള ഭാഗ്യം സിദ്ധിച്ച എം. വി. രാജഗോപാലനെ എത്ര അനുമോദിച്ചാലും കൂടു തലാകില്ല.

ഒരു സംഘടനയെ സംബന്ധിച്ചിടത്തോളം അതിന്റെ ഭാവിപ്രവർത്തനം നല്ലരീതിയിൽ മുന്നോട്ടു പോകണ മെങ്കിൽ ഭൂതകാലചരിത്രം അറിഞ്ഞിരിക്കേണ്ടത് അത്യാവശ്യമാണ്. കാരണം ഭൂതകാല ചരിത്രത്തിൽ ഏതെങ്കിലും തരത്തിലുള്ള പിഴവുകൾ ഉണ്ടായിട്ടു ണ്ടെങ്കിൽ ആ പിഴവുകൾ പരിഹരിച്ച് കൂടുതൽ കരുതലോടെ മുന്നോട്ടു പോകുവാൻ സാധിക്കും. ഈ കാര്യത്തിന് ഈ ഗ്രന്ഥം അങ്ങേയറ്റം

പ്രയോജനപ്പെടും എന്നുള്ളത് തർക്കമറ്റ സംഗതിയാണ്.

1932-39 കാലഘട്ടം മുതൽ 1947 ഡിസംബർ 5-ന് (1123 വൃശ്ചികം 19) അഖില തിരുവതാംകൂർ വിശ്വകർമ്മ മഹാസഭ 38-)ഠ നമ്പറായി രജിസ്റ്റർ ചെയ്തതിന് പിന്നിലുള്ള ചരിത്രവും ഇതിൽ പ്രതിപാദിച്ചിട്ടുണ്ട്. ഇത് ഭാവിതല മുറയ്ക്ക് വളരെ പ്രയോജനം ചെയ്യും. കൂടാതെ മഹാസഭയായി രജിസ്റ്റർ ചെയ്ത കാലത്തുള്ള ബോർഡ് അംഗങ്ങളുടെ പേരുവിവരം ചേർത്തിരിക്കുന്നത് ഏറ്റവും ശ്രദ്ധേയമായ സംഗതിയാണ്. 1950 മുതൽ 2020 വരെയുള്ള കാലഘട്ടത്തിൽ സംസ്ഥാന പ്രസിഡന്റ്, ജനറൽ സെക്രട്ടറിമാരുടെ പേരുവിവരം ചേർത്തിരിക്കുന്നത് സംഘടന ചരിത്രം അറിയാൻ ആഗ്രഹിക്കുന്നവർക്ക് മാത്രമല്ല എല്ലാ സമുദായ അംഗങ്ങൾക്കും പ്രയോജനപ്പെടും.

അഖില കേരള വിശ്വകർമ്മ മഹാസഭയും (A. K. V. M S.) വിശ്വകർമ്മ സർവീസ് സൊസൈറ്റിയും (V. S. S.) തമിഴ് വിശ്വകർമ്മ സമൂഹവും (T. V. S.) ലയിച്ച് മറ്റൊരു സംഘടന ഉണ്ടാകുന്നതാണ് ലയനം കൊണ്ട് ഉദ്ദേശിക്കുന്നത്. അങ്ങനെ ഒരു ഏക സംഘടന ലയനം നടക്കാതെ പോയതിന്റെ കാരണം എന്ത്? ഇത് സംബന്ധിച്ച കേസുകൾ? അതിന്റെ നിജസ്ഥിതി? ഇതുമൂലം നഷ്ടം വന്നത് ആർക്ക്? മറ്റ് രണ്ട് സംഘടനകളും നാളിതുവരെ ഒരു നിയമ നടപടിയും സ്വീകരിച്ചില്ല എന്നു തുടങ്ങിയുള്ള എല്ലാ വിവരങ്ങളും ഇതിൽ ഉൾക്കൊള്ളിച്ചിട്ടുണ്ട്. 2001 മാർച്ച് 13 ന് ലയന സമ്മേളനം നടത്തിയത് ഒഴിച്ചാൽ ആരും തന്നെ ലയനത്തിനു വേണ്ടി ഒരു

ചെറുവിരൽ ഞൊടിച്ചില്ല. സാധാരണ വിശ്വകർമ്മജരെ സംബന്ധിച്ചിടത്തോളം സംഘടനാപരമായ ആശയക്കുഴപ്പത്തിൽ പെടാതെ ശരിയായ മാർഗ്ഗം സ്വീകരിക്കുന്നതിന് ഈ പുസ്തകം പ്രയോജനം ചെയ്യും. മഹാസഭയുടെ നേതൃത്വത്തിൽ മുൻകാലങ്ങളിലും വിശ്വകർമ്മജർക്ക് ഒരു ഏക സംഘടന രൂപവൽക്കരിക്കുന്നതിനു വേണ്ടിയുള്ള ശ്രമങ്ങളും അത് പരാജയപ്പെട്ടതിന്റെ വിശദാംശങ്ങളും ഈ പുസ്തകത്തിൽ വായിക്കാം.

വിശ്വകർമ്മ മഹാസഭയുടെ പോഷക സംഘടനകൾ ആയ കേരള ആർട്ടിസാൻസ് അസോസിയേഷൻ, വിശ്വകർമ്മ ആർട്ടിസാൻസ് യുവജന ഫെഡറേഷൻ, കേരള ആർട്ടിസാൻസ് മഹിളാ സമാജം എന്നിവയെ പറ്റി വളരെ വിശദമായി തന്നെ ഈ പുസ്തകത്തിൽ വിവരിച്ചിട്ടുണ്ട്.

വിശ്വകർമ്മ സമുദായത്തിലെ വിവിധ തലങ്ങളിലും വിവിധ രംഗങ്ങളിലും ഉണ്ടാകേണ്ട പുരോഗതി എന്താണെന്ന് മനസ്സിലാക്കികൊണ്ടാണ് നാളിതുവരെ അഖില കേരള വിശ്വകർമ്മ മഹാസഭ പ്രവർത്തിച്ചിരുന്നത് എന്ന് ഈ പുസ്തകത്തിൽ നിന്നും മനസ്സിലാക്കാം. പോഷക സംഘടനകൾ പ്രവർത്തിച്ച് സമുദായത്തിന് ഉണ്ടാക്കിയ നേട്ടങ്ങളെക്കുറിച്ച് ഈ പുസ്തകത്തിൽ സംക്ഷിപ്തമായി വിവരിച്ചിട്ടുണ്ട്. വിശ്വകർമ്മ കൈതൊഴിലാളികൾക്ക് ക്ഷേമനിധിയിൽ ചേരുന്നത് കൊണ്ടുള്ള വലിയ നേട്ടങ്ങളെക്കുറിച്ച് സാധാരണ കൈ തൊഴിലാളികൾക്ക് അറിയാത്ത ഒരുപാട് കാര്യങ്ങൾ ഈ പുസ്തകത്തിൽ നിന്ന് ലഭിക്കും.

ഈ പുസ്തകം വിശ്വകർമ്മജരെ സംബന്ധിച്ചിടത്തോളം ഒരു ആധികാരിക ഗ്രന്ഥം ആയിരിക്കുമെന്ന് വിശ്വസിച്ചുകൊണ്ട്, സമുദായ അംഗങ്ങളുടെ ആശിസുകൾ ഈ പുസ്തകത്തിന് ഉണ്ടാകുമെന്ന് പ്രതീക്ഷ അർപ്പിച്ചുകൊണ്ട് വിശ്വകർമ്മ സമുദായത്തിന് മുൻപിൽ ഈ പുസ്തകം അവതരിപ്പിച്ചുകൊള്ളുന്നു.

വി. കെ. ശേഖർ

വൈക്കത്ത്ശ്ശേരിൽ, കിടങ്ങൂർ

01/06/2022

# ആമുഖം

കേരളത്തിലെ വിശ്വകർമ്മ സമൂഹത്തെ പ്രതിനിധീകരിച്ച് നിലകൊള്ളുന്ന ഏറ്റവും പുരാതനവും ബൃഹത്തായതുമായ സമുദായ സംഘടനയാണ് അഖില കേരള വിശ്വകർമ്മ മഹാസഭ. ഏഴര പതിറ്റാണ്ടിന്റെ ചരിത്രമാണ് മഹാസഭയ്ക്കുള്ളത്. മഹാസഭ രൂപീകൃതമായി 75 വർഷമാകുന്ന വേളയിൽ സമുദായത്തിലെ വളർന്നു വരുന്ന തലമുറയ്ക്ക് വേണ്ടി മഹാസഭയുടെ ചരിത്രം അടയാളപ്പെടുത്തിവയ്ക്കുന്നത് മഹത്തായ ഒരു കർത്തവ്യം ആണെന്ന് വിശ്വസിക്കുന്നു.

മഹാസഭയുടെ ശാഖാംഗം, യൂണിയൻ പ്രതിനിധി, ശാഖാ പ്രസിഡന്റ്, യൂണിയൻ കമ്മിറ്റി അംഗം, ഡയറക്ടർ ബോർഡ് അംഗം, കൗൺസിൽ അംഗം എന്നീ സ്ഥാനങ്ങളിൽ പ്രവർത്തിച്ചതിനു ശേഷമാണ് സംഘടനയുടെ നേതൃസ്ഥാനത്തേക്ക് കടന്നു വന്നത്. കൊല്ലത്ത് 2000 മാർച്ച് 19 ന് നടന്ന ബാലറ്റ്പേപ്പർ തെരഞ്ഞെടുപ്പിലൂടെയാണ് മഹാസഭയുടെ സംസ്ഥാന ജനറൽ സെക്രട്ടറി സ്ഥാനത്ത് എത്തിയത്.

മഹാസഭയുടെ ഉത്തരവാദപ്പെട്ട സംസ്ഥാന ഭാരവാഹി ജനറൽ സെക്രട്ടറി എന്ന നിലയിൽ കൗൺസിൽ-ബോർഡ് തീരുമാനങ്ങൾ, സഹപ്രവർത്തകരുടെ കൂട്ടായ തീരുമാനങ്ങൾ നിർദ്ദേശങ്ങൾ എന്നിവ സഭയുടെ നിയമാവലി അനുസരിച്ച് മാത്രം നടപ്പിലാക്കാൻ ശ്രമിച്ചു. ജനറൽ സെക്രട്ടറിയായി സ്ഥാനമേറ്റ് മൂന്ന് മാസം കഴിഞ്ഞപ്പോൾ തന്നെ സഭയുടെ

നിയമാവലിക്ക് വിരുദ്ധമായും പ്രഖ്യാപിതലക്ഷ്യ ങ്ങളിൽനിന്ന് വ്യതിചലിച്ചുകൊണ്ടും മഹാസഭയുടെ തെരഞ്ഞെടുക്കപ്പെട്ട ചില ഭാരവാഹികളുടെ സ്ഥാ പിത ലക്ഷ്യങ്ങൾക്കു വേണ്ടി ഒരു വിഭാഗം പ്രവർത്ത കർ പ്രവർത്തിക്കുന്നതായി മനസ്സിലായി. ഈ സം ഘടനാവിരുദ്ധ പ്രവർത്തനങ്ങളെ എതിർക്കുകയും മഹാസഭയുടെ പേര് നിലനിർത്തുക, സ്വത്വം നില നിർത്തുക, സ്ഥാവര-ജംഗമ വസ്തുവകകൾ നില നിർത്തുക തുടങ്ങിയ കാര്യങ്ങൾക്കുവേണ്ടി നില കൊള്ളുകയും, പ്രവർത്തിക്കുകയും ചെയ്തപ്പോൾ സംഘടനയിൽ ഭിന്നിപ്പിന്റെ സ്വരം ഉയർന്നുകേട്ടു.

ഒടുവിൽ അന്ന് 60 വർഷത്തെ പാരമ്പര്യമുള്ള മഹാ സഭയിൽ നിന്ന് ഒരു വിഭാഗം പ്രവർത്തകരെ മോഹ നവാഗ്ദാനങ്ങൾ കൊടുത്ത് അടർത്തിയെടുത്ത് സം ഘടനയെ പിളർക്കുക എന്ന ദുരന്തത്തിനാണ് വിമ ത വിഭാഗം നേതൃത്വം കൊടുത്തത്. അന്ന് തൊട്ട് ഇ ന്നോളം ഏകദേശം 22 വർഷമായി സഭയുടെ സ്വത്വം നിലനിർത്താനുള്ള നിയമ പോരാട്ടത്തിലാണ്. ആ കല്ലും മുള്ളും നിറഞ്ഞ കഠിനമായ യാത്രയിൽ തളർന്നു പോകാതെ താങ്ങും തണലുമായി എന്നോ ടൊപ്പം തോളോടുതോൾ ചേർന്നുനിന്ന അനേകം സമുദായസ്നേഹികൾ ഉണ്ട്. ഈ നിയമ പോരാട്ട ങ്ങൾക്ക് ഒടുവിൽ പ്രത്യാശയുടെ നവകിരണങ്ങൾ ഉദിക്കും എന്നുതന്നെയാണ് വിശ്വാസം. എന്തു കൊ ണ്ടെന്നാൽ എത്രതന്നെ മൂടിവെച്ചാലും അതിന്റെ മറനീക്കി ഒരിക്കൽ സത്യം പുറത്തുവരും. ആ സത്യം ലോകത്തോട് വിളിച്ചു പറയും ആരായിരുന്നു ശരി?

വൈകി കിട്ടുന്ന നീതി ഒരു തരത്തിൽ നീതിനിഷേധം ആണെങ്കിലും പെരുംനുണകൾ കൊണ്ട് സൃഷ്ടിക്കപ്പെട്ട പുകമറക്ക് അപ്പുറത്ത് നിൽക്കുന്ന ഒരു ജനതയോട് മുന്നോട്ട് വന്ന് കണ്ണുകൾ തുറന്നു നോക്കൂ, കാതുകൾ തുറന്നു ശ്രവിക്കൂ എന്ന് ആഹ്വാനം ചെയ്യാൻ ആ നീതിക്കു മാത്രമേ കഴിയൂ.

കഴിഞ്ഞ രണ്ട് പതിറ്റാണ്ടായി നീതി നിഷേധിക്കപ്പെട്ടു കഴിയുന്ന മഹാസഭയുടെ ഇന്നോളമുള്ള ചരിത്രം നാളത്തെ തലമുറയ്ക്ക് വേണ്ടി പകർത്തിവയ്ക്കണമെന്ന് ഒരുപാട് സമുദായ പ്രവർത്തകരുടെ നിരന്തരമായ പ്രേരണയെ മാനിച്ചാണ് മഹാസഭയുടെ പ്രവർത്തനങ്ങൾ ചരിത്രത്തിന്റെ ഏടുകളിലേക്ക് ആലേഖനം ചെയ്യുക എന്ന ഉദ്യമത്തിൽ എത്തിച്ചേരുന്നത്. ഈ യാത്രയിൽ എന്നോടൊപ്പം നിൽക്കുന്ന എല്ലാവരോടും സ്നേഹം മാത്രം.

എം. വി. രാജഗോപാലൻ

മാടമ്പിൽ, ഇലന്തൂർ

30/06/2022

# നന്ദി

'അഖില കേരള വിശ്വകർമ്മ മഹാസഭ ഏഴര പതിറ്റാണ്ടിന്റെ സംക്ഷിപ്ത ചരിത്രം' എഴുതുക എന്ന ഉദ്യമത്തിന് ഭാവുകങ്ങൾ നേർന്ന ഡോ. ധർമ്മാനന്ദ സ്വാമിജിയ്ക്ക് (ശ്രീരാമാനന്ദാശ്രമം, നിലമ്പൂർ) നന്ദി.

ഈ ഗ്രന്ഥരചനയ്ക്ക് ആവശ്യമായ ചരിത്രവിവരങ്ങൾ നൽകുകയും അവതാരിക എഴുതുകയും ചെയ്ത എന്റെ ജേഷ്ഠസഹോദരതുല്യനും മഹാസഭയുടെ മുൻ പ്രസിഡന്റുമായ വി. കെ. ശേഖർ (കിടങ്ങൂർ), ഗ്രന്ഥരചനയിൽ ഉടനീളം ആവശ്യമായ വിവരങ്ങൾ നൽകി സഹായിച്ച കേരള ആർട്ടിസാൻസ് അസോസിയേഷൻ പ്രസിഡന്റ് കോയിവിള രവി (കരുനാഗപ്പള്ളി), കേരള ആർട്ടിസാൻസ് മഹിളാ സമാജം സംസ്ഥാന പ്രസിഡന്റ് കെ. വി. സരസമ്മ (പുതുപ്പള്ളി), വിശ്വകർമ്മ ആർട്ടിസാൻസ് യുവജന ഫെഡറേഷൻ മുൻ ജനറൽ സെക്രട്ടറി ശശി മാവേലിക്കര, കേരള ആർട്ടിസാൻസ് അസോസിയേഷൻ ജില്ലാ സെക്രട്ടറി കെ. വി. വിശ്വനാഥൻ ആചാരി (പത്തനംതിട്ട) എന്നിവർക്ക് നന്ദി.

സഭയുടെ കൗൺസിലർമാരായ പി. ആർ. ഗോപാലകൃഷ്ണൻ (പത്തനംതിട്ട), റ്റി. പ്രദീപ് ചെമ്പോലിൽ (മാവേലിക്കര), ബോർഡ് മെമ്പർ ഉണ്ണികൃഷ്ണൻ (മാവേലിക്കര), യൂണിയൻ പ്രസിഡന്റ്മാരായ എം. എൻ. വിജയൻ (മാവേലിക്കര), ഇ. വി. ജയപ്രസാദ് (ചങ്ങനാശ്ശേരി), ഒ. ആർ. രാജേഷ് (കോട്ടയം), അഡ്വ. എ. അനിൽകുമാർ (കൊല്ലം) യൂണിയൻ സെക്രട്ടറിമാരായ റ്റി. ജി. ബാലൻ ആചാരി (മാവേലിക്കര), കെ. ജി. ഗോപാലകൃഷ്ണൻ (ചങ്ങനാ

ശ്ശേരി), എൻ. വി. കൃഷ്ണൻ (കോട്ടയം), എൻ.ഗോപാലകൃഷ്ണൻ (കൊല്ലം), കേരള ആർട്ടി സാൻസ് അസോസിയേഷൻ ജില്ലാ പ്രസിഡന്റ് ഇ. എൻ. ഗോപാലകൃഷ്ണൻ (കോട്ടയം), സന്തോഷ് വെരൂർ (ചങ്ങനാശ്ശേരി), പി. കെ. സുശീലൻ (മാന്നാർ) എന്നിവർക്ക് നന്ദി.

ഗ്രന്ഥഅവലോകനം എഴുതിയ പല്ലന മുരളി (കാർത്തികപ്പള്ളി), വിശ്വകർമ്മദേവന്റെ ചിത്രം വരച്ച ടി. പി. ജനാർദ്ദനൻ ആചാരി (നരിയാപുരം), എഡിറ്റിംഗ്, കവർചിത്രം എന്നിവ ചെയ്ത അർച്ചന എം. രാജ് (ഇലന്തൂർ), പുസ്തകം വായിച്ച് അഭിപ്രായമെഴുതിയ ടി. ഡി. പ്രദീപ്കുമാർ (കോട്ടയം), വി. ടി. റെജി (കോട്ടയം) എന്നിവർക്ക് നന്ദി.

എക്കാലവും എന്നോട് ചേർന്ന് നിന്ന് പ്രവർത്തിച്ചുകൊണ്ടിരിക്കുന്ന മഹാസഭയുടെ വിവിധ യൂണിയൻ /ശാഖകളിലെ പ്രവർത്തകർക്കും സംഘടനാ വിഷയങ്ങൾ അറിയാൻ ബന്ധപ്പെടുന്ന നിരവധി സംഘടനാ-സമുദായ പ്രവർത്തകർക്കും നന്ദി.

# ഭാവുകങ്ങൾ

"ഓം സദ്ഗുരുചരണാരവിന്ദാഭ്യാം നമഃ"

ശ്രീ. എം. വി. രാജഗോപാലൻ രചിച്ച **'അഖില കേരള വിശ്വകർമ്മ മഹാസഭ: ഏഴര പതിറ്റാണ്ടിന്റെ സംക്ഷിപ്ത ചരിത്രം**' എന്ന പുസ്തകം പ്രസിദ്ധീകരണത്തിന് തയ്യാറാക്കിയത് വായിച്ചു. വിശ്വകർമ്മ സമുദായ സംഘടനയുടെ പ്രാരംഭം മുതൽ ഇന്നുവരെയുള്ള പ്രവർത്തനങ്ങൾ ഈ പുസ്തകത്തിലൂടെ മനസ്സിലാക്കാൻ കഴിയുന്നതാണ്. അതിൽ നിഷ്പക്ഷവും സത്യസന്ധവുമായ വിവരങ്ങളാണ് ഗ്രന്ഥകാരൻ രേഖപ്പെടുത്തിയിട്ടുള്ളത് എന്ന് പൂർണ്ണമായും വിശ്വസിക്കാം. ഇത്തരത്തിൽ ഒരു കൃതി ഇതാദ്യമായാണ്. അതിനാൽ ഈ ഗ്രന്ഥം ചരിത്രാന്വേഷികൾ ആയ പുതിയ തലമുറയ്ക്ക് അത്യന്തം പ്രയോജന പ്രദമാണ്. ഗ്രന്ഥകാരന്റെ പരിശ്രമങ്ങൾക്ക് അഭിനന്ദനങ്ങൾ.

അഖില കേരള വിശ്വകർമ്മ മഹാസഭയുടെ ഒരു ശാഖാംഗം എന്നനിലയിൽ നിന്ന് ക്രമാനുഗതം പ്രവർത്തിച്ച് പ്രസ്ഥാനത്തിന്റെ ജനറൽ സെക്രട്ടറി പദവിയിലെത്തി സമുദായത്തിന്റെ പ്രവർത്തനങ്ങൾക്ക് നേതൃത്വം വഹിച്ചത് വരെയുള്ള അനുഭവങ്ങളും എം. വി. രാജഗോപാലന്റെ ഈ ഗ്രന്ഥത്തിൽ നിന്ന് അനുവാചകർക്ക് അറിയാനാകും. ഔദ്യോഗിക ജീവിതത്തിൽ ഡെപ്യൂട്ടി ജില്ലാ പ്ലാനിംഗ് ഓഫീസർ ആയിരുന്നതിന്റെ സേവനപരിചയം സ്വന്തം സമുദായ നവോത്ഥാന പ്രവർത്തനങ്ങൾക്ക് പ്രയോജന

പ്രദമാകുമെന്ന വിശ്വാസം വൃഥാവിൽ ആയതിന്റെ വ്യഥ ഗ്രന്ഥത്തിൽനിന്നും നമുക്ക് അളന്നുകൂട്ടി എടുക്കാവുന്നതാണ്.

വിശ്വകർമ്മജർക്ക് മാത്രമായി ഈശ്വരൻ നൽകിയ കഴിവുകൾ നിരവധിയാണ്; എങ്കിലും ഇന്ന് സാമുദായികം, സാമ്പത്തികം, തൊഴിൽ, വിദ്യാഭ്യാസം, വ്യവസായം, ഉദ്യോഗം, നേതൃത്വം, ഭരണച്ചുമതല, അധികാരം, വ്യാപാരം തുടങ്ങിയ മേഖലകളിൽ ഇതര സമുദായങ്ങളെ അപേക്ഷിച്ച് മാത്രമല്ല സമൂഹത്തിൽ പൊതുവെ പരിതാപകരമായ അവസ്ഥയിലാണ് വിശ്വകർമ്മജർ. പരമ്പരാഗത തൊഴിലുകളിൽ ഏർപ്പെട്ടിരിക്കുന്നവരിലധികവും നിത്യവൃത്തിക്ക് മാർഗമില്ലാതെ കഷ്ടത അനുഭവിക്കുകയാണ്. പുതിയ തലമുറ കുലത്തൊഴിൽ ഉപേക്ഷിച്ചു കഴിഞ്ഞു.

ഭാരതീയ സംസ്കൃതിയുടെ വിസ്മയ സൗധങ്ങളുടെ നെടുംതൂണുകൾ ആയിവർത്തിച്ചിരുന്നവരാണ് വിശ്വകർമ്മജർ. വിശ്വകർമ്മജരുടെ സുവർണ്ണകാലം ഏറെക്കുറെ രാജഭരണ കാലത്തോടെയാണ് ഗതിമാറി ഒഴുകിയത്. സ്വാതന്ത്ര്യാനന്തര ഭാരതത്തിൽ മറ്റെല്ലാ പിന്നോക്ക സമുദായങ്ങളും ഉദ്ധരിക്കപ്പെട്ടങ്കിലും വിശ്വകർമ്മജർ അധോഗതിയിലായി.

എല്ലാ സമുദായങ്ങളുടെയും വളർച്ചയ്ക്ക് സാമുദായിക ആചാര്യന്മാരും ആത്മീയ ആചാര്യന്മാരും സാമുദായിക നേതൃത്വവും മഹത്തായ സംഭാവനകൾ നൽകിയിട്ടുണ്ട്. ചട്ടമ്പിസ്വാമികൾ, നാരായണ ഗുരു, അയ്യാഗുരു സ്വാമികൾ, ശുഭാനന്ദഗുരു, അയ്യങ്കാളി, മന്നത്ത് പത്മനാഭൻ, കുമാരനാശാൻ, ഡോ. പൽപ്പു തുടങ്ങിയ നവോത്ഥാന നായകരിൽ വിശ്വകർമ്മജൻ ഇല്ല. ആധ്യാത്മിക പ്രസ്ഥാനങ്ങളില്ല,

ആചാര്യന്മാരില്ല, സാമുദായിക നേതൃത്വമില്ല, അവകാശങ്ങൾക്കു വേണ്ടിയുള്ള പോരാട്ട സമരങ്ങളില്ല, രാഷ്ട്രീയ നേതൃത്വമില്ല, ഭരണ പദവികളിലെത്താൻ ഉന്നത വിദ്യാഭ്യാസ യോഗ്യതകളില്ല, സ്കൂൾ, കോളേജ്, ആശുപത്രി, വ്യവസായം എന്നിവ നടത്താൻ സ്ഥാപനങ്ങളില്ല.

അസംഘടിതരായ വിശ്വകർമ്മജരെ തൊഴിലിന്റെ അടിസ്ഥാനത്തിൽ സംഘടിപ്പിക്കാനുള്ള ശ്രമങ്ങൾ നടന്നുവെങ്കിലും അതും ഒരു സ്വാധീനശക്തിയായി മാറിയില്ല. വിശ്വകർമ്മജർ എന്ന വംശീയമായ ഏകത്വ ബോധത്തിൽ ഉറച്ചു നിന്ന് കൊണ്ട് സ്വന്തമായ ഒരു പന്ഥാവിലൂടെ മുന്നേറാനുമായില്ല. ഒരു വ്യക്തി മുതൽ പതിനായിരങ്ങളും അതിനു മുകളിലും വരെ അംഗസംഖ്യയുള്ള നിരവധി സംഘടനകൾ, എന്നാൽ നാളിതുവരെ ഇവർക്കൊന്നും വിശ്വകർമ്മജരെ ആധ്യാത്മികമായോ സാമുദായികമായോ രാഷ്ട്രീയമായോ ഏകീകരിക്കാനും സമഷ്ടിബോധത്തിൽ സംഘടിപ്പിച്ച് സമൂഹ ശക്തിയായും വളർത്തുവാനും കഴിഞ്ഞിട്ടില്ല.

വിശ്വകർമ്മജരെ ഏകീകരിക്കാൻ ആധ്യാത്മിക നേതൃത്വവും സ്ഥാപനങ്ങളും ഇല്ലാത്തത് ഒരു പ്രധാന പ്രശ്നമാണ്. നമ്പൂതിരി മുതൽ നായാടി വരെയുള്ള സമസ്ത ഹിന്ദുക്കൾ എന്ന് ഹൈന്ദവ പ്രസ്ഥാനങ്ങൾ ഹിന്ദു ഐക്യത്തിനായി പ്രസംഗിക്കുന്ന ഇടത്തുപോലും 'വിശ്വകർമ്മ' എന്നൊരു വാക്ക് ആരും ഉച്ചരിക്കാറില്ല. ഭഗവാൻ ശ്രീ വിശ്വകർമ്മ ദേവന്റെ കൃപയാലും അനുഗ്രഹത്താലും നിശ്ചയദാർഢ്യത്താലും വിശ്വകർമ്മജർക്ക് ഇടയിൽ ഏകത്വബോധവും സംഘടിത ശേഷിയും സമസ്ത

പുരോഗതികളും ഉണ്ടാകട്ടെ എന്ന് ആത്മാർത്ഥമായി പ്രാർത്ഥിക്കുന്നു. സമുദായത്തിന്റെ അസ്ഥിത്വം തേടുന്ന പുതിയ തലമുറയ്ക്ക് ഈ പുസ്തകം ഒരു വഴികാട്ടി ആകുമെന്നതിൽ സംശയമില്ല. ഒരു പക്ഷേ, സമുദായത്തിലെ മറ്റു നേതാക്കന്മാരിൽ ഇതിലുമേറെ പറയാനുള്ളവർ ഉണ്ടാകും, അതിനും ഈ ഗ്രന്ഥം ഒരു വഴികാട്ടിയാണ്. ഗ്രന്ഥകാരന് എല്ലാ അഭിനന്ദനങ്ങളും ആശംസകളും അനുഗ്രഹങ്ങളും നേരുന്നു.

എന്ന് ശുഭാശംസകളോടെ,

ഡോ: ധർമ്മാനന്ദ സ്വാമിജി

(ശ്രീരാമാനന്ദാശ്രമം, നിലമ്പൂർ)

# 1. വിശ്വകർമ്മജർ: ആദ്യകാല ചിത്രം

വേദവിധി പ്രകാരമുള്ള നിർമ്മിതികളായ യജ്ഞശാലകളും പൊയ്കകളും കിണറുകളും തടാകങ്ങളും ക്ഷേത്രങ്ങളും ഭവനങ്ങളും കാർഷികോപകരണങ്ങളും ആയുധങ്ങളും പാത്രങ്ങളും ആഭരണങ്ങളും വിഗ്രഹങ്ങളും മറ്റും നിർമ്മിക്കുന്നതിനു വേണ്ട മഹത്തായ ശില്പശാസ്ത്രം കൈകാര്യം ചെയ്തിരുന്നത് അക്കാലത്തെ ബ്രാഹ്മണരായ വിശ്വകർമ്മജൻ ആയിരുന്നു എന്നു കരുതാം. സങ്കല്പമാത്രയിൽ തന്നെ സൃഷ്ടികർമ്മം നടത്താൻ കഴിവുള്ള വിശ്വകർമ്മജർ ആയിരുന്നു മനു, മയ, ത്വഷ്ട, ശില്പി, വിശ്വജ്ഞ എന്നീ പഞ്ചർഷികൾ എന്ന് പുരാണങ്ങളിൽ പറയുന്നു.

അത്ഭുതവും അതിശയകരമായ ശിൽപവിദ്യകൾക്ക് ഉടമകളായിരുന്ന വിശ്വകർമ്മജർ ഓരോ യുഗത്തിലും അവരുടെ കഴിവുകൾ പ്രകടമാക്കിയിട്ടുണ്ട്. വിശ്വകർമ്മജരുടെ ഈ വകകാര്യങ്ങൾ പരിശോധിച്ചാൽ ലോകാരംഭം മുതൽ മനുഷ്യ ജീവിതത്തിലെ എല്ലാ തുറകളിലും ആവശ്യവും അനുപേക്ഷണീയമായ തൊഴിൽ അമാനുഷിക പ്രഭാവത്തോടുകൂടി നിർവഹിച്ചിട്ടുള്ളത് വിശിഷ്ട പാരമ്പര്യത്തിന്റെ ഉടമകളായ വിശ്വകർമ്മജർ തന്നെയാണ്. ഈ അവകാശവാദം ഉന്നയിക്കാൻ മറ്റൊരു സമുദായത്തിനും സാധ്യമല്ല.

വേദകാലത്തെ ധർമ്മ-കർമ്മങ്ങളെ അനുസന്ധാനം ചെയ്തിരുന്ന വിശ്വകർമ്മജർ ആനുകാലിക സാഹചര്യങ്ങളുമായി ഇണങ്ങിച്ചേർന്ന് ജീവസന്ധാരണം നടത്തി. രാജാധികാരം നിലനിന്നിരുന്ന കാലത്ത് ഓരോ തൊഴിലിനും ലഭിച്ചുകൊണ്ടിരുന്ന അംഗീകാരം കാരണം മറ്റൊരു തൊഴിൽ കണ്ടെത്തേണ്ടതിന്റെ ആവശ്യം വിശ്വകർമ്മജർക്ക് അന്നുണ്ടായിരുന്നില്ല.

വിശ്വകർമ്മജർ സംഘടിതരായാൽ, സംഘടിതരായി പണിമുടക്കിയാൽ, ജനജീവിതം നിശ്ചലമാകുമെന്ന് മറ്റു ജനവിഭാഗങ്ങൾ മനസ്സിലാക്കിയിരുന്നു. അതിനാൽ കുലത്തൊഴിൽ ഉപേക്ഷിച്ച് മറ്റൊരു തൊഴിലിനോ വിദ്യാഭ്യാസത്തിന്നോ പോകുവാൻ ആഗ്രഹിക്കുന്ന വിശ്വകർമ്മജർക്ക് യാതൊരു പ്രോത്സാഹനവും ലഭിച്ചിരുന്നില്ല: എന്ന് മാത്രമല്ല അത്യന്തം നിരുത്സാഹപ്പെടുത്തുകയും ചെയ്തു. വിശ്വകർമ്മജർക്ക് തങ്ങളുടെ അഭിപ്രായ പ്രകടനങ്ങൾ നടത്തുന്നതിന് സംഘബലം ആവശ്യമാണെന്ന് ബോധ്യമായത് ഈ കാലഘട്ടത്തിലാണ്.

സർവ്വവിധ കലകളിലും ഈശ്വരാരാധനയിലും താൽപര്യം ഉണ്ടായിരുന്നതിനാൽ ഓരോ പ്രദേശത്ത് ഉള്ളവർ ഒരുമിച്ച് ഭജന സംഘങ്ങൾ ഉണ്ടാക്കിയിരുന്നു. ചില സ്ഥലങ്ങളിൽ വിവാഹ-അടിയന്തര കാര്യങ്ങൾക്ക് യോജിച്ചു പ്രവർത്തിക്കുവാനും മറ്റുമായി മലയാളമാസം ഒന്നാം തീയതി കുടുംബ കൂട്ടങ്ങൾ, ബന്ധുകൂട്ടങ്ങൾ, തൊഴിൽകൂട്ടങ്ങൾ, സഹായകൂട്ടങ്ങൾ, സമുദായകൂട്ടങ്ങൾ, എന്നിവ നടത്തി പോന്നിരുന്നു. അവരുടേതായ ആവശ്യങ്ങൾ നേടിയെടുക്കുന്നതിന് ഒരുമിച്ച് ഭജന സംഘത്തിന് കീഴിൽ അവർ സംഘടിച്ചു പ്രവർത്തിച്ചു തുടങ്ങി.

സവർണ്ണ മേധാവിത്വത്തിന്റെ യാതനകളും പീഡനങ്ങളും ഉച്ചകോടിയിൽ എത്തിയ കാലത്ത് മാനുഷികമായ മൗലിക അവകാശങ്ങൾ അനുഭവിക്കുന്നതിന് വേണ്ടി ശ്രീ നാരായണ ഗുരുസ്വാമികളുടെ നേതൃത്വത്തിൽ ഈഴവ സമുദായവും സംഘടിച്ചു തുടങ്ങി. ഡോ. പൽപ്പു, ടി. കെ. മാധവൻ, കുമാരനാശാൻ തുടങ്ങിയ ശ്രേഷ്ഠ വ്യക്തിത്വങ്ങളുടെ നേതൃത്വത്തിൽ ഈഴവ സമുദായവും അയ്യങ്കാളിയുടെ നേതൃത്വത്തിൽ പുലയ സമുദായവും മന്നത്ത് പത്മനാഭന്റെ നേതൃത്വത്തിൽ നായർ സമുദായവും ഉന്നതിയിൽ എത്തുന്നതിന് പ്രാരംഭം കുറിച്ചു.

ഈ കാലഘട്ടത്തിൽ വിശ്വകർമ്മജരും സമുദായ സംഘടനയ്ക്ക് രൂപം നൽകി. രണ്ട് നേതാക്കന്മാരുടെ നേതൃത്വത്തിൽ രണ്ട് സംഘടനകൾക്ക് രൂപം നൽകിയായിരുന്നു ആരംഭം. ശ്രീ മൂലം അസംബ്ലിയിലും ശ്രീ ചിത്രാ സ്റ്റേറ്റ് കൗൺസിലിലും വിശ്വകർമ്മ സമുദായത്തിന്റെ പ്രതിനിധികളായി 1932 നും 1939 നും ഇടയ്ക്ക് ജി. നീലകണ്ഠൻ (റിട്ട: അസിസ്റ്റന്റ് എക്സൈസ് കമ്മീഷണർ), ശില്പരത്നാകര എൻ. വേലു ആചാരി (ഫെലോ ഓഫ് റോയൽ സൊസൈറ്റി ഓഫ് ആർട്സ്) എന്നിവരെ നോമിനേറ്റ് ചെയ്തിരുന്നു.

ജി. നീലകണ്ഠൻ ഉന്നതനായ ഒരു സർക്കാർ ഉദ്യോഗസ്ഥനും ശില്പരത്നാകര എൻ. വേലു ആചാരി ധനാഢ്യനും പൊതുജന അംഗീകാരമുള്ള വ്യവസായ പ്രമുഖനും ആയിരുന്നു. ദിവാൻ സർ സി. പി. രാമസ്വാമി അയ്യരുടെ ഭരണ കാലമായിരുന്നു അന്ന്. വിശ്വകർമ്മ സമുദായത്തിന്റെ പിന്തുടർച്ചാവകാശത്തെപ്പറ്റി 'കർമ്മാളബില്ല്' ജി. നീലകണ്ഠനും

'വിശ്വകർമ്മബില്ല്' എൻ. വേലു ആചാരിയും അസംബ്ലിയിൽ അവതരിപ്പിച്ചു. രണ്ടു പേരും ചേർന്ന് ഒറ്റ ബിൽ അവതരിപ്പിക്കാൻ ദിവാൻ സർ സി. പി. രാമസ്വാമി അയ്യർ ആവശ്യപ്പെട്ടു. എന്നാൽ ഒന്നിച്ചൊരു ബിൽ അവതരിപ്പിക്കാൻ സാധ്യമല്ലാത്ത പരിസ്ഥിതിയാണ് അന്നുണ്ടായിരുന്നത്. ഈ സാഹചര്യത്തിൽ ജനങ്ങളുടെ ഹിതപരിശോധന നടത്തുവാൻ ഈ രണ്ട് നേതാക്കന്മാരും ശ്രമിച്ചു. ഇതിനകം 'വിശ്വകർമ്മാള സേവാ സമിതി' എന്ന പേരിൽ ഒരു സംഘടന ജി. നീലകണ്഻ൻ രജിസ്റ്റർ ചെയ്തിരുന്നു. വ്യവസായ പ്രമുഖനായ എൻ. വേലു ആചാരി ആർട്ടിസാൻസ് അസോസിയേഷൻ എന്ന മറ്റൊരു സംഘടനയ്ക്ക് രൂപം കൊടുത്തുകൊണ്ട് അതേ പേരിൽ ഒരു മാസികയും പ്രസിദ്ധീകരിച്ചു. വേലു ആചാരിയുടെ സംഘടനയാണ് പ്രവർത്തനത്തിൽ മുന്നിട്ടു നിന്നിരുന്നത്. അദ്ദേഹം 1947 ദിവംഗതനായി. ജി. നീലകണ്഻ൻ 1948 ആഗസ്റ്റ് 9 ന് അസംബ്ലിയിൽ പ്രസംഗിച്ചു നിൽക്കുന്നതിനിടയിൽ ഹൃദയസ്തംഭനംമൂലം അന്തരിച്ചു.

## വിശ്വകർമ്മ യുവജന സംഘവും വിശ്വകർമ്മ മഹായോഗവും

മധ്യതിരുവിതാംകൂറിൽ ഉള്ള വിശ്വകർമ്മജർ യു. കെ. വാസുദേവൻ ആചാരിയുടെ നേതൃത്വത്തിൽ പന്തളം കേന്ദ്രീകരിച്ചുകൊണ്ട് മധ്യതിരുവിതാംകൂർ വിശ്വകർമ്മ യുവജന സംഘടന എന്ന പേരിൽ ഒരു സംഘടന പ്രവർത്തനം ആരംഭിച്ചിരുന്നു. അന്ന് പന്തളത്തെ പ്രമുഖ സ്വർണ്ണ വ്യാപാരി എം. എൻ. കൃഷ്ണൻ ആചാരിയെ സംഘടനാ രംഗത്ത്

കൊണ്ടുവരാൻ പ്രവർത്തിച്ചത് തുമ്പമൺ എം. ജി. പരമേശ്വരൻ ആചാരി (എം. ജി. പി. ആചാരി), ഉള്ള ന്നൂർ കേശവൻ ആചാരി തുടങ്ങിയവർ ആയിരുന്നു.

ഇതേ കാലഘട്ടത്തിൽ കോട്ടയത്ത് പി. കെ. കുമാ രൻ ആചാരി (ബി. എസ്. സി എൻജിനീയറിങ്) യു ടെ നേതൃത്വത്തിൽ കോട്ടയം കേന്ദ്രീകരിച്ച് വിശ്വകർ മ്മ മഹായോഗം എന്ന പേരിൽ ഉത്തര തിരുവിതാം കൂറിലും സംഘടനാ പ്രവർത്തനം ആരംഭിച്ചു.

കോട്ടയത്ത് കെ. ഐ. കൃഷ്ണൻ ആചാരി, എൻ. പി. രാഘവൻ ആചാരി, പി. എൻ. കുഞ്ഞുപണി ക്കർ ആചാരി, പി. കെ. ഗോവിന്ദൻ ആചാരി, പി. ഇ. ഈശ്വരൻ ആചാരി തുടങ്ങിയവരും ചങ്ങനാശ്ശേരി യിൽ പി. കെ. കുമാരൻ ആചാരി, മീനച്ചിലിൽ പാപ്പൻ ആചാരി, വിധു ആചാരി, പരമേശ്വരൻ ആ ചാരി എന്നിവരും തിരുവല്ലയിൽ ജി. മാധവൻ ആ ചാരി, തൊടുപുഴയിൽ മുട്ടം കേശവൻ ആചാരി, മൂ വാറ്റുപുഴയിൽ കടാതി നാരായണനാചാരി, വൈ ക്കത്ത് ഓമല്ലൂർ കുഞ്ഞൻ ആചാരി എന്നിവരായി രുന്നു സംഘടനാ പ്രവർത്തന നേതാക്കന്മാർ.

ഇതേ കാലയളവിൽ അമ്പലപ്പുഴ, ചേർത്തല താലൂ ക്കുകളിൽ തണ്ണീർമുക്കം വാസു ആചാരി, നീല കണ്ഠൻ ആചാരി, ചമ്പക്കുളം കേശവ ശാസ്ത്രി കൾ എന്നിവരും അതാത് സ്ഥലത്ത് സംഘടനാ പ്രവർത്തനം നടത്തിക്കൊണ്ടിരുന്നു.

## കൊല്ലം സമ്മേളനം

കൊല്ലം മുളങ്കാടകം ക്ഷേത്രത്തിൽ 1946 ഏപ്രിൽ 21, 22 തീയതികളിൽ നടത്തുന്ന പത്താമുദയ

മഹോത്സവത്തോടനുബന്ധിച്ച് വിശ്വകർമ്മാള സേവാസമിതി നേതാവ് ജി. നീലകണ്ഠനെയും ആർട്ടിസാൻസ് അസോസിയേഷൻ നേതാവ് ശില്പരത്നാകര എൻ. വേലു ആചാരിയെയും യോജിപ്പിക്കുന്നതിന് രണ്ടുപേരുടെയും സാന്നിധ്യത്തിൽ കൂടിയാലോചന നടത്തി. സമുദായ നൻമയ്ക്ക് ഒന്നിച്ചു പ്രവർത്തിക്കാം എന്നും അതേ വർഷം മെയ് മാസത്തിൽ നടത്തുന്ന പന്തളം സമ്മേളനത്തിൽ പങ്കെടുക്കാം എന്ന് ഇരുവരും സമ്മതിച്ചതായി രേഖപ്പെടുത്തുകയും ചെയ്തു.

## പന്തളം സമ്മേളനം

മധ്യതിരുവിതാംകൂർ വിശ്വകർമ്മ യുവജന സംഘടനയുടെ ആഭിമുഖ്യത്തിൽ 1946 മെയ് നാല്, അഞ്ച് തീയതികളിൽ പന്തളത്ത് വച്ച് വൻപിച്ച ഒരു സമ്മേളനം നടത്തി. സമുദായ പ്രവർത്തകർ കൂടുതൽ ഉന്മേഷത്തോടെ നടത്തിയ പ്രചാരണത്തിന്റെ ഫലമായി ഉത്തര, മദ്ധ്യ, തിരുവിതാംകൂറിൽ ഉള്ള വിശ്വകർമ്മജർ ആകാംഷഭരിതരായി സമ്മേളന സ്ഥലത്ത് എത്തിയിരുന്നു. എന്നാൽ ജി. നീലകണ്ഠനും എൻ. വേലു ആചാരിയും സമ്മേളനത്തിൽ പങ്കെടുത്തില്ല. ഇക്കാരണത്താൽ ജനങ്ങൾക്കുണ്ടായ രോഷം ഇവരെ ഒറ്റപ്പെടുത്തികൊണ്ട് ശക്തമായ ഒരു സംഘടനയ്ക്ക് രൂപം കൊടുക്കുവാൻ തീരുമാനിച്ചു.

## കോട്ടയം സമ്മേളനം

കോട്ടയത്ത് 1946 ഒക്ടോബർ 25 ന് അതിവിപുലമായ ഒരു സമ്മേളനം നടത്തി. ഈ സമ്മേളനത്തിൽ ജി. നീലകണ്ഠനും എൻ. വേലു ആചാരിയും

പങ്കെടുത്തു. സമുദായത്തോട് സ്നേഹവും സംഘട നയോട് താൽപര്യവും ഉണ്ടായിരുന്ന പരശതം സമു ദായാംഗങ്ങൾ ദേശത്തിന്റെ നാനാഭാഗങ്ങളിൽ നിന്നും കോട്ടയത്തെ യോഗത്തിൽ പങ്കെടുത്തു. സമ്മേളനത്തിന് അധ്യക്ഷനായിരുന്ന എൻ. വേലു ആചാരി സംഘടനാ പ്രമേയം അവതരിപ്പിച്ചു.

എല്ലാ സംഘടനകളും ലയിച്ച് 'വിശ്വകർമ്മ ഫെഡ റേഷൻ' നിലവിൽ വരണം എന്നായിരുന്നു പ്രമേയ ത്തിന്റെ ഉള്ളടക്കം. ജി. നീലകണ്ഠനും അനുയാ യികളും പ്രമേയത്തെ എതിർത്തു. പ്രമേയം വോട്ടി നിട്ടപ്പോൾ എൻ. വേലു ആചാരിക്ക് ഭൂരിപക്ഷം ലഭിച്ചു. കോട്ടയം കേന്ദ്രീകരിച്ചുള്ള 'വിശ്വകർമ്മ മഹായോഗം' പ്രവർത്തകർ നിഷ്പക്ഷമായി നിന്നു. പ്രമേയം അംഗീകരിച്ചതായി അധ്യക്ഷൻ പ്രഖ്യാപി ച്ചു. നീലകണ്ഠനും അനുയായികളും യോഗം ബഹി ഷ്കരിച്ചു. ഈ സംഘടനാ പ്രമേയത്തോടുകൂടി യാണ് വിശ്വകർമ്മ ഫെഡറേഷൻ രൂപീകൃതമായത്. തുടർന്ന് എൻ. വേലു ആചാരി പ്രസിഡന്റും ചമ്പക്കുളം കേശവ ശാസ്ത്രികൾ ജനറൽ സെക്രട്ട റിയുമായി ഒരു കമ്മറ്റി രൂപീകരിച്ചു.

കോട്ടയം സമ്മേളനത്തിനു വേണ്ടി സമാഹരിച്ച തുകയുടെ കണക്ക് വ്യക്തമാക്കണമെന്ന് ഫെഡറേ ഷൻ പ്രവർത്തകർ ആവശ്യപ്പെട്ടു. എന്നാൽ ജന റൽ സെക്രട്ടറിക്ക് അതിന്റെ കണക്ക് പരസ്യപ്പെടു ത്താൻ സാധിക്കാതെ വന്നു. പണം സമാഹരിച്ച പ്രവർത്തകർ വ്യക്തമായ കണക്ക് ജനറൽ സെക്രട്ട റിക്ക് കൊടുത്തിരുന്നില്ല എന്നതാണ് അതിന്റെ വിശദീകരണം.

കോട്ടയം സമ്മേളനത്തിനു വേണ്ടി സമാഹരിച്ച തുകയുടെ കണക്ക് പരസ്യപ്പെടുത്താത്തതിൽ പ്രതിഷേധിച്ച് എം. ഐ. നീലകണ്ഠൻ ആചാരിയുടെ നേതൃത്വത്തിൽ പി. കെ. കേശവൻ ആചാരി, കല്ലട പി. കെ. ശാസ്ത്രികൾ, കായംകുളം ദാമോദരൻ ആചാരി തുടങ്ങിയവർ കോട്ടയം സമ്മേളനം നടത്താൻ മുൻകൈയ്യെടുത്ത പി. കെ. കുമാരൻ ആചാരിയുടെ കോട്ടയത്തെ ഇലക്ട്രോപ്ലേറ്റിംഗ് കമ്പനി പടിക്കൽ സത്യാഗ്രഹം നടത്താൻ ഒരുങ്ങി. എന്നാൽ പൊലീസ് ഇടപെട്ട് സത്യാഗ്രഹികളെ സമരത്തിൽ നിന്നും പിന്തിരിപ്പിച്ചു. ലഭ്യമായ കണക്ക് പ്രസിദ്ധീകരിക്കാൻ കൂടിയാലോചനയുടെ ഭാഗമായി പി. കെ. കുമാരൻ ആചാരി തയ്യാറായി. തുടർന്ന് വിശ്വകർമ്മ ഫെഡറേഷൻ പിരിച്ചുവിടാൻ തീരുമാനിച്ചു.

# 2. അഖില കേരള വിശ്വകർമ്മ മഹാസഭ: ആവിർഭാവം

കോട്ടയം കേന്ദ്രീകരിച്ചുള്ള വിശ്വകർമ്മ മഹായോഗത്തിന് 1947 കാലഘട്ടത്തിൽ ഏകദേശം 22 താലൂക്ക് യൂണിയനുകളും 56 ശാഖകളും ഉണ്ടായിരുന്നു. അവർ സംഘടനയുടെ നിയമപരമായ രജിസ്ട്രേഷനുള്ള നടപടി ആരംഭിച്ചു.

സംഘടനയുടെ ശക്തി സർക്കാരിനെ ബോധ്യപ്പെടുത്താൻ ദിവാൻ സർ സി. പി. രാമസ്വാമി അയ്യരെ പങ്കെടുപ്പിച്ചുകൊണ്ട് കോട്ടയത്ത് വൻസമ്മേളനം നടത്താൻ തീരുമാനിച്ചു. ദിവാൻ സർ സി. പി. യെ ക്ഷണിക്കുന്നതിന് പി. കെ. കുമാരൻ ആചാരിയെയും പ്രമുഖ നാടകപ്രവർത്തകനും ആകാശവാണി സ്റ്റേഷൻ ഡയറക്ടറുമായിരുന്ന ജഗതി എൻ. കെ. ആചാരിയെയും ചുമതലപ്പെടുത്തി. ആ സമയത്താണ് സി. പി. ആക്രമിക്കപ്പെട്ടത്. ശേഷം സി. പി. യുടെ അഭാവം മൂലം സമ്മേളനം നടത്താൻ സാധിച്ചില്ല. തുടർന്ന് വിശ്വകർമ്മ മഹായോഗത്തിന്റെ രജിസ്ട്രേഷൻ നടപടികൾ പരാജയപ്പെട്ടു.

സർ സി. പി. ക്ക് ശേഷം ഒഫീഷ്യേറ്റിംഗ് ദിവാനായി മാവേലിക്കര നിവാസിയായ പി. ജി. എൻ. ഉണ്ണിത്താൻ ചാർജെടുത്തു. ഈ അവസരത്തിൽ മാവേലിക്കരയിലെ ഏതാനും വിശ്വകർമ്മജർ ചേർന്ന് ജോയിന്റ് സ്റ്റോക്ക് കമ്പനിയായി 1947 ഡിസംബർ

അഞ്ചിന് (1123 വൃശ്ചികം 19) 38-)ം നമ്പറായി അഖില തിരുവിതാംകൂർ വിശ്വകർമ്മ മഹാസഭ രജിസ്റ്റർ[1] ചെയ്തു. ഇതറിഞ്ഞ് പി. കെ. കുമാരൻ ആചാരി മാവേലിക്കരയിൽ ചെന്ന് അവിടുത്തെ മഹാസഭ പ്രവർത്തകരുമായി സംസാരിച്ച് അവർക്ക് രജിസ്ട്രേഷന് ചിലവായ തുക (485 രൂപ) കൊടുത്തു അവരിൽനിന്നും സഭയുടെ രജിസ്ട്രേഷൻ സർട്ടിഫിക്കറ്റ് സ്വായത്തമാക്കി. അതിനു ശേഷം 1950ൽ മഹാസഭ പ്രവർത്തകരെയും ഉൾപ്പെടുത്തി സംയുക്ത ബോർഡ് യോഗം കൂടി ആദ്യത്തെ ഭരണ സമിതിയെ തെരഞ്ഞെടുത്തു. പ്രസിഡന്റായി യു. കെ. വാസുദേവൻ ആചാരിയെയും ജനറൽ സെക്രട്ടറിയായി പി. കെ. കുമാരൻ ആചാരിയെയും ഖജാൻജിയായി പന്തളം എം. എൻ. കൃഷ്ണൻ ആചാരിയെയും തെരഞ്ഞെടുത്തു.

## സ്ഥാപക നേതാക്കളും ഭരണ സമിതി അംഗങ്ങളും

1. പ്രസിഡന്റ്- എൻ. മാധവനാചാരി, കുഴിപ്പറമ്പിൽ വീട്, കൊറ്റാർകാവ്, മാവേലിക്കര 2. വൈസ്പ്രസിഡന്റ്- എൻ. പരമേശ്വരനാചാരി, പോനത്തുവീട്, പോനകംതെക്ക് മാവേലിക്കര 3. ജനറൽ സെക്രട്ടറി- കെ. ഗോപാലനാചാരി, തോപ്പിൽ വീട്, അറനൂറ്റിമംഗലം, മാവേലിക്കര, 4. സെക്രട്ടറി- കെ. എൻ. പുരുഷോത്തമനാചാരി, കാവുള്ളതിൽ വടക്കേ

---

[1] *1947 ഡിസംബർ അഞ്ചിന് ജോയിന്റ് സ്റ്റോക്ക് കമ്പനിയായി രജിസ്റ്റർ ചെയ്ത അഖില തിരുവിതാംകൂർ വിശ്വകർമ്മ മഹാസഭയുടെ രജിസ്ട്രേഷൻ സർട്ടിഫിക്കറ്റിൽ നിന്നുള്ള വിവരങ്ങൾ.*

മങ്കുഴി, മാവേലിക്കര, 5. ഖജാൻജി- കെ. നാരായണനാചാരി, തയ്യിൽ പടിഞ്ഞാറ്റേതിൽ ഉമ്പർകാട്, മാവേലിക്കര.

ബോർഡ് മെമ്പറന്മാർ

6. കെ. നീലകണ്഼ഠനാചാരി, പടിഞ്ഞാറേവീട്, കുറത്തികാട്, മാവേലിക്കര, 7. കെ. സുരേന്ദ്രനാഥനാചാരി, സുരേന്ദ്രവിലാസ്, കുറത്തികാട്, മാവേലിക്കര, 8. കെ. ഗോപിനാഥനാചാരി, താഴയിൽ പടിഞ്ഞാറേതിൽ കുറത്തികാട്, മാവേലിക്കര, 9. കെ. പരമേശ്വരനാചാരി, വടക്കടെത്ത്, കുറത്തികാട്, മാവേലിക്കര, 10. എൻ. നാരായണനാചാരി, കാവുള്ളതിൽ, വടക്കേമങ്കുഴി, മാവേലിക്കര, 11. കെ. കൊച്ചുകുഞ്ഞാചാരി, ആശാരിപ്പറമ്പിൽ ആക്കനാട്ടുകര, മാവേലിക്കര, 12. ആർ. നാണു ആചാരി, ചക്കോലികിഴക്കതിൽ ആക്കനാട്ടുകര, മാവേലിക്കര, 13. എൻ. കേശവനാചാരി, കോട്ടേൽ, കൊറ്റാർകാവ്, മാവേലിക്കര, 14. കെ. മാധവനാചാരി, കല്ലുകുഴി, മാവേലിക്കര. 15. നാരായണനാചാരി, വാഴപ്പള്ളി വടക്കതിൽ, കൊറ്റാർകാവ്, മാവേലിക്കര, 16. എൻ. നാണു ആചാരി, കോട്ടേൽ, കൊറ്റാർകാവ്, മാവേലിക്കര, 17. ഒ. കുഞ്ഞുകുഞ്ഞാചാരി, വാഴപ്പള്ളി വടക്കതിൽ, കൊറ്റാർകാവ്, മാവേലിക്കര, 18. എസ്. കൊച്ചുകുഞ്ഞാചാരി, കളയ്ക്കാട്, കുറത്തികാട്. 19. എൻ. പരമേശ്വരനാചാരി, വയ്പിൽവടക്കതിൽ കുറത്തികാട്. 20. പി. കൊച്ചുകുഞ്ഞാചാരി തറയിൽ പുതിയകാവ്, മാവേലിക്കര, 21. കെ. കൃഷ്ണനാചാരി, കാവിന്റെ തെക്കതിൽ പുതിയകാവ്, 22. എൻ. കെ. മാധവനാചാരി, കുറ്റിശ്ശേരി, മണക്കാട്, മവേലിക്കര, 23. എൻ. ഗോവിന്ദനാചാരി, വെളിയത്ത്,

പെരുങ്ങാല, മാവേലിക്കര, 24. വി. നീലകണ്ഠനാചാരി, തോട്ടകത്ത്, ഏറ്റുമാനൂർ, 25. എം. കെ. ശങ്കരനാചാരി, മുതലപ്പുഴ, കടപ്ര, തിരുവല്ല തുടങ്ങിയ വ്യക്തിത്വങ്ങളാണ് സംഘടനയുടെ രജിസ്ട്രേഷനുവേണ്ടി ചെലവ് വഹിച്ചതും അതിൻ പ്രകാരം അഖില തിരുവിതാംകൂർ വിശ്വകർമ്മ മഹാസഭ 38/4/1123 എന്ന നമ്പരിൽ 1947 ഡിസംബർ 5 ന് രജിസ്റ്റർ ചെയ്തതും.

മധ്യതിരുവിതാംകൂർ വിശ്വകർമ്മ യുവജന സംഘടനയും വിശ്വകർമ്മ മഹായോഗവും അഖില തിരുവിതാംകൂർ വിശ്വകർമ്മ മഹാസഭയും 1950 -ൽ സംയോജിച്ച് അഖില കേരള വിശ്വകർമ്മ മഹാസഭ നിലവിൽ വന്നത് തൊട്ട് നാളിതുവരെയുള്ള പ്രസിഡന്റ് /ജനറൽ സെക്രട്ടറിമാരുടെ പേരു വിവരങ്ങൾ:-

| **പ്രസിഡന്റ്** | **ജനറൽ സെക്രട്ടറി** |
|---|---|
| 1. യു. കെ. വാസുദേവനാചാരി ചിറയിൻകീഴ്, 1950-52 | 1. പി. കെ. കുമാരനാചാരി കോട്ടയം, 1950-52 |
| 2. യു. കെ. വാസുദേവനാചാരി ചിറയിൻകീഴ്, 1952-54 | 2. എം. ഐ. നീലകണ്ഠനാചാരി മാവേലിക്കര, 1952-54 |

3. യു. കെ.
വാസുദേവനാചാരി
ചിറയിക്കീഴ്, 1954-56

4. യു. കെ.
വാസുദേവനാചാരി
ചിറയിക്കീഴ്, 1956-58

5. യു. കെ.
വാസുദേവനാചാരി
ചിറയിക്കീഴ്, 1958-60

6. എം. എൻ.
കൃഷ്ണനാചാരി
പന്തളം, 1960-62

7. എം. എൻ.
കൃഷ്ണനാചാരി
പന്തളം, 1962-64

8. എം. എൻ.
കൃഷ്ണനാചാരി
പന്തളം, 1964-66

9. എം. എൻ.
കൃഷ്ണനാചാരി
പന്തളം, 1966-68.

3. റ്റി. കെ. രാഘവൻ
ചെങ്ങന്നൂർ, 1954

4. റ്റി. കെ.
ഗോവിന്ദനാചാരി
കോട്ടയം, 1955-56

5. എൻ. രാജഗോപാലൻ
കൊല്ലം, 1956-58

6. റ്റി. കെ. കരുണാകരൻ
മാവേലിക്കര, 1958-60

7. റ്റി. കെ. കരുണാകരൻ
മാവേലിക്കര, 1960-62

8. എൻ. പി.
രാഘനാചാരി കോട്ടയം,
1962-64

9. ചന്ദ്രശേഖരൻ
തിരുവല്ല, 1964-66.

10. പി. പരമേശ്വര
ശാസ്ത്രികൾ
ശാസ്താംകോട്ട, 1966-
68

10. അഡ്വ. പി. സരസപ്പൻ, ചിറയിൻകീഴ്, 1968-70

11. പി. പരമേശ്വര ശാസ്ത്രികൾ ശാസ്താംകോട്ട, 1968-70

11. അഡ്വ. പി. സരസപ്പൻ ചിറയിൻകീഴ്, 1970-72

12. പി. കെ. സഹദേവൻ മാവേലിക്കര, 1970

12. അഡ്വ. പി. സരസപ്പൻ ചിറയിൻകീഴ്, 1972-74

13. പി. പരമേശ്വര ശാസ്ത്രികൾ ശാസ്താംകോട്ട, 1971-73

13. ഷണ്മുഖൻ ആചാരി കൊല്ലം, 1973-74

14. പി. പരമേശ്വര ശാസ്ത്രികൾ ശാസ്താംകോട്ട, 1973-74

14. അഡ്വ. എൻ. രാജഗോപാലൻ കൊല്ലം, 1974-76

15. എൻ. പി. രാഘവനാചാരി കോട്ടയം, 1974-76

15. അഡ്വ. എൻ. രാജഗോപാലൻ കൊല്ലം, 1976-77

16. എം. ജി. പി. ആചാരി പത്തനംതിട്ട, 1976-78

16. എൻ. പി. രാഘവനാചാരി കോട്ടയം, 1978-80

17. എം. ജി. പി ആചാരി പത്തനംതിട്ട, 1978-80

| | |
|---|---|
| 17. അഡ്വ. വി. യു. ലംബോധരൻ കോട്ടയം, 1980-82 | 18. എൻ. പി. രാഘവനാചാരി കോട്ടയം, 1980-82 |
| 18. എം. ജി. പി. ആചാരി പത്തനംതിട്ട, 1982-84 | 19. എൻ. പി. രാഘവനാചാരി കോട്ടയം, 1982-84 |
| 19. കുമാരസ്വാമി തിരുവനന്തപുരം, 1985-88 | 20. കെ. കെ. രാജപ്പൻ തിരുവല്ല, 1985-88 |
| 20. കുമാരസ്വാമി തിരുവനന്തപുരം, 1988-89 | 21. കെ. കെ. രാജപ്പൻ തിരുവല്ല, 1988-89 |
| 21. അഡ്വ. കെ. ചന്ദ്രൻ പത്തനാപുരം, 1989-91 | 22. എം. ജി. പി. ആചാരി പത്തനംതിട്ട, 1989 -91 |
| 22. അഡ്വ. കെ. ചന്ദ്രൻ പത്തനാപുരം, 1991-93 | 23. എം. കെ. ദാസപ്പൻ വൈക്കം, 1990-91 |
| | 24. എ. തങ്കപ്പൻ ആചാരി അടൂർ, 1992 |
| 23. എം. കെ. ദാസപ്പൻ വൈക്കം, 1993-95 | 25. എ. കെ. കെ. ആചാരി ചെങ്ങന്നൂർ, 1993-95 |
| 24. പി. വാസുദേവൻ കൊല്ലം, 1995-98 | 26. എം. കെ. ദാസപ്പൻ വൈക്കം, 1995-97 |

25. പി. വാസുദേവൻ കൊല്ലം, 1998-2000

26. പി. ആർ. ദേവദാസ് കൊല്ലം, 2000-2001

27. എൻ. പി. ശങ്കരൻകുട്ടി* മൂവാറ്റുപുഴ, 2001-2006

28. വി. കെ. ശേഖർ* മീനച്ചിൽ, 2006- തുടരുന്നു

27. എ. കെ. കെ. ആചാരി ചെങ്ങന്നൂർ, 1998-2000

28. എം. വി. രാജഗോപാലൻ പത്തനംതിട്ട, 2000-2001

29. എം. വി. രാജഗോപാലൻ പത്തനംതിട്ട, 2001-2006

30. എം. വി. രാജഗോപാലൻ പത്തനംതിട്ട, 2006- തുടരുന്നു

*ബൈല പ്രകാരം ഇവരുടെ തെരഞ്ഞെടുപ്പ് നോൺ-ട്രേഡിംഗ് കമ്പനി രജിസ്ട്രാർ അംഗീകരിച്ചതല്ല.*

## ഏക സംഘടനക്ക് വേണ്ടിയുള്ള പരിശ്രമം

അഖില കേരള വിശ്വകർമ്മ മഹാസഭയ്ക്ക് സമാന്തരമായി 1963-64 കാലഘട്ടത്തിൽ 'കേരള വിശ്വകർമ്മാള സംഘം' എന്ന പേരിൽ മറ്റൊരു സംഘടന മുൻ എം. എൽ. എ. ആയിരുന്ന പി. കെ. കുമാരൻ ആചാരിയുടെ നേതൃത്വത്തിൽ വളർന്നു. കൊല്ലത്ത് 1964 ൽ മഹാസഭയുടെ വാർഷിക സമ്മേളനം

നടന്നു. അതേ സമയം കവിയൂർ പത്മനാഭൻ ആചാരിയുടെ നേതൃത്വത്തിൽ ശില്പിസമാജത്തെയും ചെങ്ങന്നൂർ കീച്ചേരി തങ്കപ്പനാചാരിയുടെ നേതൃത്വത്തിൽ തമിഴ് വിശ്വബ്രഹ്മ സമാജത്തെയും യോജിപ്പിച്ചുകൊണ്ട് കർമ്മാള സംഘം മഹാസഭയ്ക്കെതിരായി ശക്തമായ പ്രവർത്തനം നടത്തിയിരുന്നു.

ഉള്ളന്നൂർ പി. കെ. കേശവൻ ആചാരിയെയും കൊല്ലം ആർ. പി. ആചാരിയേയും ഓർഗനൈസർമാരായി നിയമിച്ചു കൊണ്ട് സഭാ പ്രവർത്തനം ശക്തിപ്പെടുത്താൻ മഹാസഭയും ശ്രമിച്ചു. ധാരാളം ശാഖകളും യൂണിയനുകളും സഭയ്ക്ക് ഉണ്ടായിരുന്നതുകൊണ്ട് മഹാസഭാ നേതൃത്വവുമായി കൂടിയാലോചനകൾ നടത്തുന്നതിന് മറ്റു സംഘടനാ നേതാക്കന്മാർ തയ്യാറായി. തുടർന്ന് ഒരു സന്ധിസംഭാഷണ (നേഗോഷ്യേറ്റിംഗ്) കമ്മിറ്റി നിലവിൽ വന്നു. കെ. വാസുദേവൻ എം. എ. ആയിരുന്നു കമ്മിറ്റിയുടെ കൺവീനർ.

എം. എൻ. കൃഷ്ണൻ ആചാരിയുടെ വസതിയിൽ ചേർന്ന യോഗത്തിൽ മഹാസഭയെ പ്രതിനിധീകരിച്ച് തഴവാ കേശവൻ ആചാരി, എം. പി. രാഘവൻ ആചാരി, എം. ജി. പി. ആചാരി, ടി. കെ. കരുണാകരൻ എന്നിവർ പങ്കെടുത്തു. എല്ലാ സംഘടനയും യോജിച്ച് ഒറ്റ സംഘടന ആകണം എന്ന ആശയത്തോട് എല്ലാവരും യോജിച്ചു. അതിനുള്ള മാർഗ്ഗം കണ്ടുപിടിക്കുന്നതിന് ഒരു സൗഹൃദ സമ്മേളനം കൂടണം എന്നും തീരുമാനിച്ചു.

മഹാസഭയുടെ 16, 17 വാർഷികങ്ങൾ 1966 ഏപ്രിൽ 16, 17 തീയതികളിൽ നടത്താൻ തീരുമാനിച്ച സമയമായിരുന്നു. 1966 ഏപ്രിൽ 2 ന് ആലുവയിൽ

മഹാസഭാ വാർഷിക സ്വാഗതസംഘം ഓഫീസിൽ സൗഹൃദ സമ്മേളനം നടന്നു. മഹാസഭയെ പ്രതി നിധീകരിച്ച് യു. കെ. വാസുദേവൻ ആചാരി, എം. എൻ. കൃഷ്ണൻ ആചാരി, റ്റി. ആർ. രാഘവൻ, തഴവ വാസു ആചാരി എന്നിവർ പങ്കെടുത്തു.

വിശ്വകർമ്മ മഹാസഭ, കേരള വിശ്വകർമ്മാള സംഘം, വിശ്വബ്രഹ്മ മഹാസഭ എന്നീ മൂന്ന് സംഘട നകളിലെയും 10 നേതാക്കളെ വീതം തെരഞ്ഞെ ടുത്ത് 30 അംഗങ്ങളടങ്ങിയ ഉന്നതതല കമ്മിറ്റി രൂപീ കരിച്ചു. കമ്മറ്റിയുടെ പ്രസിഡന്റായി മഹാസഭ പ്രസി ഡന്റ് എം. എൻ. കൃഷ്ണൻ ആചാരിയെയും സെക്ര ട്ടറിയായി തമിഴ് വിശ്വബ്രഹ്മ സമാജം പ്രസിഡന്റ് കീച്ചേരി തങ്കപ്പൻ ആചാരിയെയും ഖജാൻജിയായി വിശ്വകർമ്മാള സംഘം പ്രസിഡന്റ് എം. ഗോവിന്ദൻ ആചാരിയെയും നിയമിച്ചു.

ഏക സംഘടനയ്ക്ക് പുതിയ നിയമാവലി ഉണ്ടാക്കു ന്നതിന് മഹാസഭയുടെ വൈസ് പ്രസിഡന്റ് ആയി രുന്ന അഡ്വ. പി. സരസപ്പനെ കൺവീനറാക്കി 7 പേരടങ്ങുന്ന ഒരു കമ്മിറ്റിയെ ചുമതലപ്പെടുത്തി. പു തിയ സംഘടനയ്ക്ക് ഇടുന്ന പേരിനെ കുറിച്ചും അതിന്റെ രജിസ്ട്രേഷനെ കുറിച്ചും വലിയ തർക്ക ങ്ങൾ ഉണ്ടായി. പുതിയ സംഘടന ചാരിറ്റബിൾ ആക്ട് അനുസരിച്ച് രജിസ്റ്റർ ചെയ്യണമെന്ന് അഭി പ്രായം ഉയർന്നു വന്നെങ്കിലും മഹാസഭ അതിനോട് യോജിച്ചില്ല. കമ്പനീസ് ആക്ട് അനുസരിച്ച് രജിസ്റ്റർ ചെയ്ത മഹാസഭയുടേതോ തമിഴ് വിശ്വബ്രഹ്മ സമാജത്തിന്റേതോ രജിസ്ട്രേഷൻ സ്വീകരിച്ചു കൊ ണ്ട് ഒറ്റ സംഘടനയായി പ്രവർത്തിക്കാം എന്നായി രുന്നു മഹാസഭയുടെ അഭിപ്രായം. പുതിയ സംഘട

നയുടെ നിയമാവലി തയ്യാറാക്കി ഉന്നതതല കമ്മിറ്റിയിൽ സമർപ്പിച്ചശേഷം അംഗീകാരത്തിന് അപേക്ഷിച്ചപ്പോൾ കീഴ്ഘടകങ്ങളുടെ അഭിപ്രായം കൂടി അറിയണമെന്ന് മഹാസഭ ആവശ്യപ്പെട്ടു. എന്നാൽ അതിന്റെ ആവശ്യമില്ലെന്നായിരുന്നു മറ്റു സംഘടനകളുടെ അഭിപ്രായം. ചാരിറ്റബിൾ സൊസൈറ്റി ആക്ട് അനുസരിച്ച് രജിസ്റ്റർ ചെയ്യുന്നതിനോട് മഹാസഭ യോജിച്ചില്ല.

“കേരളത്തിലെ വിശ്വകർമ്മജരെ ഒന്നിച്ച് അണി നിരത്തുകയും അതുവഴി സങ്കീർണമായ നിരവധി പ്രശ്നങ്ങൾ പരിഹരിക്കുക എന്നതാണ് ഏക സംഘടന തത്വം കൊണ്ട് ഉദ്ദേശിച്ചത്. അതിനുള്ള എല്ലാ നിർദ്ദേശങ്ങളും സമുദായ പ്രതിനിധികൾ ഏക സംഘടനയ്ക്ക് വേണ്ടി രൂപീകരിച്ചിട്ടുള്ള കമ്മിറ്റിയിൽ അതത് അവസരങ്ങളിൽ അവതരിപ്പിച്ചിട്ടുണ്ട്. പ്രവർത്തകരുടെ സമ്മർദ്ദഫലമായി ഉന്നതതല കമ്മിറ്റിയിൽ നിന്നും ഒരു മെമ്മോറാണ്ടം കമ്മിറ്റി രൂപീകരിച്ചിരുന്നു. തുടർന്ന് 9 മാസങ്ങൾ കഴിഞ്ഞിട്ടും അതിന്റെ പ്രവർത്തനങ്ങൾ മുന്നോട്ട് നീക്കാൻ ഉന്നതതല കമ്മറ്റിയുടെ സെക്രട്ടറിയും കൺവീനറും ശ്രമിച്ചില്ല. ‘വിശ്വകർമ്മ സർവീസ് സൊസൈറ്റി' എന്ന പേരിൽ പുതിയ ഏകസംഘടന കമ്പനി നിയമം അനുസരിച്ചു രജിസ്ട്രേഷന് സമർപ്പിക്കാൻ തീരുമാനിച്ചു. എന്നാൽ പുതിയ സംഘടനയുടെ രജിസ്ട്രേഷനു വേണ്ടി നിയമാവലി നോൺ-ട്രേഡിങ് കമ്പനി രജിസ്ട്രാർക്ക് കൊടുത്തപ്പോൾ കമ്പനിസ് ആക്ട് അനുസരിച്ച് സംഘടന രജിസ്റ്റർ ചെയ്യാൻ സാധ്യമല്ല എന്നായിരുന്നു രജിസ്ട്രാറുടെ മറുപടി.

തുടർന്ന് സൊസൈറ്റീസ് ആക്ട് അനുസരിച്ച് ഏക സംഘടന രജിസ്റ്റർ ചെയ്യണമെന്ന് മറ്റു ഘടക കക്ഷികൾ നിർദ്ദേശം വച്ചു. സൊസൈറ്റിസ് ആക്ട് അനുസരിച്ച് രജിസ്റ്റർ ചെയ്ത ഒരു സംഘടനയിൽ മഹാസഭ ലയിപ്പിക്കുന്നതിന് നിയമപരമായ തടസ്സങ്ങൾ ഉള്ളതുകൊണ്ട് മഹാസഭയുടെ ജനറൽ ബോഡി കൂടി ഈ പ്രശ്നത്തെപറ്റി ചർച്ചചെയ്ത് എടുക്കുന്ന തീരുമാനം ഉന്നതതല കമ്മിറ്റിയെ ബോധ്യപ്പെടുത്താമെന്ന് അറിയിച്ചിരുന്നു. എന്നാൽ മഹാസഭ അറിയാതെ തന്നെ 1968 ആഗസ്റ്റ് 26 ന് വിശ്വകർമ്മ സർവീസ് സൊസൈറ്റി രജിസ്റ്റർ ചെയ്തതായി പത്രവാർത്ത കണ്ടു”[2].

വിശ്വകർമ്മ സർവീസ് സൊസൈറ്റി ചെങ്ങന്നൂരിൽ വിളിച്ചുകൂട്ടിയ യോഗത്തിൽ മഹാസഭയുടെ പ്രതിനിധികൾ പങ്കെടുക്കുകയും വി. എസ്. എസ്. ന്റെ രജിസ്ട്രേഷനെ പറ്റി അജണ്ടയിൽ ചേർത്ത് ചർച്ച ചെയ്യണമെന്ന് ആവശ്യപ്പെടുകയും ചെയ്തു. എന്നാൽ മഹാസഭയുടെ അഭിപ്രായത്തിന് അനുകൂലമായ നടപടി അധ്യക്ഷന്റെ ഭാഗത്ത് നിന്ന് ഉണ്ടാകാതിരുന്നത് കാരണം മഹാസഭ പ്രതിനിധികൾ യോഗം ബഹിഷ്ക്കരിച്ചു. ഏക സംഘടനാ പ്രശ്നത്തെപ്പറ്റി ആവശ്യമായ ചർച്ചയും തീരുമാനവും ഈ യോഗമായിരുന്നു എടുക്കേണ്ടിയിരുന്നത്.

വിശ്വകർമ്മ മഹാസഭയെ മാറ്റി നിർത്തിക്കൊണ്ട് കേരള വിശ്വകർമ്മാള സംഘവും തമിഴ് വിശ്വബ്രഹ്മ സമാജവും ചേർന്ന് ചാരിറ്റബിൾ സൊസൈറ്റീസ്

---

[2] *അഖില കേരള വിശ്വകർമ്മ മഹാസഭ 1968 ഡിസംബർ 21 ന് നടത്തിയ 19-മത് വാർഷിക റിപ്പോർട്ടിന്റെ 5-)o പേജിൽ നിന്ന് എടുത്തിട്ടുള്ളത്.*

ആക്ട് അനുസരിച്ച് രജിസ്റ്റർ ചെയ്ത വിശ്വകർമ്മ സർവീസ് സൊസൈറ്റി[3] 1968-ൽ നിലവിൽ വന്നു.

---

*[3] വി. എസ്. എസ് ജനറൽ സെക്രട്ടറി കീച്ചേരി തങ്കപ്പൻ ആചാരി 1967 ആഗസ്ത് 1 ന് പുറത്തിറക്കിയ നം.1 വിജ്ഞാപനത്തിന്റെ ഒന്നാം പേജിൽ നിന്ന് നിന്നും എടുത്തിട്ടുള്ളത്.*

# 3. സമര പ്രക്ഷോഭങ്ങൾ

വിശ്വകർമ്മ സമുദായത്തിലെ മൺമറഞ്ഞ മഹാര ഥന്മാരും സംഘടനാ പ്രേമികളും നിർലോഭമായി പ്ര വർത്തിച്ചതിന്റെ ഫലമായി വിശ്വകർമ്മജരുടെ അവ കാശങ്ങൾ മഹാസഭയുടെ നേതൃത്വത്തിൽ നടന്ന നിരവധി സമര പ്രക്ഷോഭങ്ങളിലൂടെ നേടിയെടു ക്കാൻ കഴിഞ്ഞിട്ടുണ്ട്. കാലാകാലങ്ങളായി അതതു സർക്കാരിനു മുന്നിൽ വിശ്വകർമ്മജരുടെ വിവിധ ആവശ്യങ്ങൾ ഉന്നയിച്ചു കൊണ്ട് പ്രക്ഷോഭങ്ങൾ നടത്താൻ അന്നത്തെ സമുദായ സ്നേഹികളും നേ താക്കന്മാരും അകമഴിഞ്ഞ് പ്രവർത്തിച്ചിട്ടുണ്ട്. എ ന്നാൽ വിവിധ കാലങ്ങളിൽ വിശ്വകർമ്മജരുടെ ആ വശ്യങ്ങൾക്കു മുന്നിൽ മുഖം തിരിച്ചു നിന്ന സർക്കാ രുകളുടെ നിഷേധാത്മക നിലപാടിനെതിരെ വിശ്വ കർമ്മ മഹാസഭ നടത്തിയിട്ടുള്ള പല സമരങ്ങളും വളരെ ശ്രദ്ധേയമാണ്.

## ആഗസ്റ്റ് സമരം (1968)

തിരുവനന്തപുരം സെക്രട്ടറിയേറ്റിനു മുമ്പിൽ 1968 ആഗസ്റ്റ് 22 മുതൽ സെപ്റ്റംബർ രണ്ടു വരെ മഹാ സഭയുടെ നേതൃത്വത്തിൽ സമരവും സത്യാഗ്രഹവും പ്രകടനവും നടത്തി. തുടർന്ന് സെപ്റ്റംബർ രണ്ടിന് ബന്ധപ്പെട്ട വകുപ്പ് മന്ത്രിമാരുമായി നടത്തിയ ചർച്ച യുടെ ഫലമായി വിശ്വകർമ്മ മഹാസഭ ഉയർത്തിയ വിവിധ ആവശ്യങ്ങളിൽ സർക്കാരിന്റെ ഭാഗത്തു നിന്ന് അനുകൂല മറുപടി ലഭിച്ചു.

“1. ഉദ്യോഗനിയമനങ്ങളിൽ വിശ്വകർമ്മ സമുദായത്തിന് ഉണ്ടായിരുന്ന സംവരണത്തെ പറ്റി ആലോചിച്ച് ആവശ്യമായ നടപടി സ്വീകരിക്കും. 2. വിശ്വകർമ്മ വിദ്യാർത്ഥികൾക്ക് ഫീസ് സൗജന്യം ലഭിക്കുന്നതിന് നേരിടുന്ന ബുദ്ധിമുട്ടുകൾ ഒഴിവാക്കും. 3. സർക്കാർ നേരിട്ടു നടത്തുന്ന നിയമനങ്ങളിൽ വിശ്വകർമ്മജരിൽ അർഹരായവരെ നിയമിക്കും. 4. വിവിധ സർക്കാർ വകുപ്പുകളിൽ നിന്ന് ഉപരി പഠനത്തിനും പരിശീലനത്തിനും ആയി തെരഞ്ഞെടുക്കപ്പെടുന്ന ഉദ്യോഗസ്ഥരിൽ വിശ്വകർമ്മജർക്ക് പ്രാതിനിധ്യം നൽകും. 5. സ്വർണ്ണ തൊഴിലാളികളുടെ പുനരധിവാസം, തൊഴിൽ, വിദ്യാഭ്യാസം എന്നിവയ്ക്ക് പ്രത്യേക ആനുകൂല്യങ്ങൾ നൽകും. പ്രവർത്തനരഹിതമായി കിടക്കുന്ന പൈലറ്റ് സൊസൈറ്റികളുടെ നിയമാവലി ഭേദഗതി ചെയ്ത് ഇൻഡസ്ട്രിയൽ വർക്കേഴ്സ് കോ-ഓപ്പറേറ്റീവ് സൊസൈറ്റികൾ ആയി പുനഃസംഘടിപ്പിക്കുകയും സ്വർണ തൊഴിലാളികൾക്ക് ലൈസൻസ് കൊടുക്കുകയും ചെയ്യും. 6. ആർട്ടിസാൻസ് സൊസൈറ്റികളുടെ മേൽ സർക്കാർ എടുത്തിട്ടുള്ള നടപടികൾ മരവിപ്പിക്കുകയും ഈ സൊസൈറ്റികളെ പുനരുദ്ധരിക്കുകയും ചെയ്യും. 7. സർക്കാർ നിയന്ത്രണത്തിലുള്ള വ്യവസായ സ്ഥാപനങ്ങളിലും സാങ്കേതിക തൊഴിൽശാലകളിലും ടെക്നിക്കൽ ഇൻസ്റ്റിറ്റ്യൂട്ടുകളിലും പ്രവേശനത്തിന് വിശ്വകർമ്മജർക്ക് മുൻഗണന നൽകും. 8. സർക്കാർ നിയമന കമ്മിറ്റികളിൽ വിശ്വകർമ്മജർക്ക് പ്രാതിനിധ്യം നൽകും. 9. മഹാസഭ ചെങ്ങന്നൂർ കേന്ദ്രമായി നടത്താനുദ്ദേശിക്കുന്ന ചെറുകിട വ്യവസായ സ്ഥാപനത്തിനും ഇൻഡസ്ട്രിയൽ ഇൻസ്റ്റിറ്റ്യൂട്ടിനും ആവശ്യമായ സാങ്കേതിക സാമ്പത്തിക

സഹായം നൽകും”[4]. അന്നത്തെ ജനറൽ സെക്രട്ടറി പി. പരമേശ്വരശാസ്ത്രികൾ പ്രസിഡന്റ് അഡ്വ. പി. സരസപ്പൻ എന്നിവരുടെ നേതൃത്വത്തിൽ 12 ദിവസം നീണ്ടുനിന്ന സമര പരിപാടികളും സത്യാഗ്രഹവും സർക്കാർ നൽകിയ ഉറപ്പിന്മേൽ വിജയകരമായി അവസാനിപ്പിച്ചു.

## ആഗസ്റ്റിലെ റിലേ സത്യാഗ്രഹം (1974)

വിശ്വകർമ്മജർ അഭിമുഖീകരിക്കുന്ന പ്രധാന പ്രശ്നങ്ങൾ, വിവിധ ആവശ്യങ്ങൾ ഉന്നയിച്ച് ഒരു നിവേദനം അഖില കേരള വിശ്വകർമ്മ മഹാസഭയെ പ്രതിനിധീകരിച്ച് സഭാ പ്രസിഡന്റ് അഡ്വ. എൻ. രാജഗോപാലനും ജനറൽ സെക്രട്ടറി എം. പി. രാഘവൻ ആചാരിയും 1974 മാർച്ച് എട്ടിന് അന്നത്തെ കേരള മുഖ്യമന്ത്രിക്ക് സമർപ്പിക്കുകയുണ്ടായി.

“ഉദ്യോഗ നിയമനങ്ങളിൽ വിശ്വകർമ്മ സമുദായത്തെ സംബന്ധിച്ച് 1959 മുമ്പ് നിലവിലുണ്ടായിരുന്ന സബ് റോട്ടേഷൻ സമ്പ്രദായം പുനസ്ഥാപിക്കുക, സാങ്കേതിക വിദ്യാഭ്യാസ സ്ഥാപനങ്ങളിലേക്ക് കുമാരപിള്ള കമ്മീഷൻ ശുപാർശ ചെയ്ത പ്രകാരം മറ്റു പിന്നോക്ക സമുദായങ്ങൾക്ക് നീക്കി വച്ചിട്ടുള്ള അഞ്ച് സീറ്റുകളിൽ രണ്ടെണ്ണം വിശ്വകർമ്മ സമുദായത്തിന് ലഭിക്കത്തക്ക വിധം ഏർപ്പാട് ഉണ്ടാക്കുക, സമുദായത്തിന് നഷ്ടപ്പെട്ടിട്ടുള്ള വിദ്യാഭ്യാസ ആനുകൂല്യങ്ങൾ കുമാരപിള്ള കമ്മീഷൻ റിപ്പോർട്ട് അടിസ്ഥാനത്തിൽ പുനഃസ്ഥാപിക്കുക, ഭൂരഹിതരായ

---

*[4] മഹാസഭ ജനറൽ സെക്രട്ടറി പി. പരമേശ്വരൻ ശാസ്ത്രികൾ 1968 സെപ്റ്റംബർ 23 ന് പ്രസിദ്ധീകരിച്ച 7/67-68 നമ്പർ സർക്കുലറിന്റെ ഒന്ന്, രണ്ട് പേജുകളിൽ നിന്ന് എടുത്തിട്ടുള്ളത്.*

വിശ്വകർമ്മജർക്ക് കിടപ്പാടത്തിനും ഭവനരഹിതരായ വിശ്വകർമ്മജർ കൂടുതലുള്ള കേന്ദ്രങ്ങളിൽ അവർക്ക് കോളനൈസേഷൻ പദ്ധതി നടപ്പിലാക്കുക, പരാജയപ്പെട്ട സ്വർണ നിയന്ത്രണ ചട്ടം പൂർണമായും പിൻവലിക്കുന്നതിന് കേന്ദ്ര സർക്കാരിൽ സമ്മർദ്ദം ചെലുത്തുക, സ്വർണ്ണ തൊഴിലാളികളുടെ പുനരധിവാസ നടപടികൾ കൈക്കൊള്ളുക, ഗവൺമെന്റ് നിയമന കമ്മിറ്റികളിൽ വിശ്വകർമ്മ സമുദായത്തിന് അർഹമായ പ്രാതിനിധ്യം നൽകുക തുടങ്ങിയ ആവശ്യങ്ങൾ"[5] ഉന്നയിച്ച നിവേദനമാണ് സി. അച്യുതമേനോൻ സർക്കാറിന് മുന്നിൽ സമർപ്പിച്ചത്. എന്നാൽ മാസങ്ങൾ കഴിഞ്ഞിട്ടും ഈ നിവേദനത്തിന് മേൽ യാതൊരു സർക്കാർ നടപടിയും ഉണ്ടായില്ല.

സർക്കാർ നിലപാടിൽ പ്രതിഷേധിച്ച് 1974 ആഗസ്റ്റ് 21 മുതൽ ഐതിഹാസികമായ റിലേ സത്യാഗ്രഹം തിരുവനന്തപുരത്ത് സെക്രട്ടറിയേറ്റിനു മുന്നിൽ ആരംഭിച്ചു. ഒരോ ശാഖയിൽ നിന്നും 10 വോളണ്ടിയർമാർ റിലേ സത്യാഗ്രഹത്തിൽ ദിവസവും പങ്കെടുക്കണം, അങ്ങനെ ഓരോ യൂണിയനും ഒരാഴ്ച വീതം പങ്കെടുക്കണമെന്ന് തീരുമാനിച്ചു. തുടർച്ചയായി 193 ദിവസങ്ങൾ നീണ്ടുനിന്ന റിലേ സത്യാഗ്രഹത്തിന് ആദ്യാവസാനം വരെ പങ്കെടുത്തത് ഒരേ ഒരാൾ മാത്രം: അദ്ദേഹമാണ് തുകലശ്ശേരി കുട്ടൻ ആചാരി. സഭയുടെ സത്യാഗ്രഹം 193-)ം ദിവസം പിന്നിട്ടപ്പോൾ സമുദായ നേതാക്കൾ നിരാഹാര

---

[5] *മഹാസഭ പ്രസിഡന്റ് അഡ്വ. എൻ. രാജഗോപാലനും സെക്രട്ടറി എൻ. പി. രാഘവൻ ആചാരിയും ചേർന്ന് 1974 മാർച്ച് 8 ന് സർക്കാരിന് നൽകിയ നിവേദനത്തിന്റെ ഏഴ്, എട്ട് പേജുകളിൽ നിന്നുള്ള പ്രസക്തഭാഗം.*

സത്യാഗ്രഹത്തിന് തീരുമാനിച്ചു. തുടർന്ന് അവർ രാഷ്ട്രീയ നേതാക്കന്മാരായ പാലാ കെ. എം. മാത്യു, ടി. വി. തോമസ്, എൻ. ഇ. ബൽറാം എന്നിവരിൽ സമ്മർദ്ദം ചെലുത്തിയതിന്റെ ഫലമായി 1975 ഫെബ്രുവരി 28 ന് മുഖ്യമന്ത്രി സി. അച്യുതമേനോൻ മഹാസഭാ നേതാക്കന്മാരെ ചർച്ചയ്ക്ക് വിളിച്ചു. അന്നത്തെ പ്രസിഡന്റ് അഡ്വ. എൻ. രാജഗോപാലൻ, ജനറൽ സെക്രട്ടറി എം. പി. രാഘവൻ ആചാരി, തഴവ വാസു ആചാരി എന്നിവർ മുഖ്യമന്ത്രിയുമായുള്ള ചർച്ചയിൽ പങ്കെടുക്കുകയും ഉന്നയിച്ച ആവശ്യങ്ങൾ സർക്കാർ അംഗീകരിച്ചതിനെ തുടർന്ന് റിലെ സത്യാഗ്രഹം അവസാനിപ്പിക്കുകയും ചെയ്തു.

## സർക്കാർ അംഗീകരിച്ച ആവശ്യങ്ങൾ

“1. ഒരു ആർട്ടിസാൻസ് ഡെവലപ്മെന്റ് കോർപ്പറേഷൻ രൂപീകരിക്കുന്നതിനു വേണ്ടി മഹാസഭയിൽ നിന്ന് സമർപ്പിച്ചിട്ടുള്ള സ്കീം വിശദമായി പഠിക്കാൻ നടപടികൾ സ്വീകരിക്കും. 2. സാങ്കേതിക വിദ്യാഭ്യാസ സ്ഥാപനങ്ങളിലെ വിശ്വകർമ്മ സംവരണം 5% നിന്ന് 2% ആയി കുറച്ച നടപടി റദ്ദ് ചെയ്ത് 3% ആയി വർദ്ധിപ്പിച്ചു പുനസ്ഥാപിക്കാൻ നടപടി സ്വീകരിക്കും. 3. കേരള പബ്ലിക് സർവീസ് കമ്മീഷനിൽ വിശ്വകർമ്മജർക്ക് പ്രാതിനിധ്യം അനുവദിച്ചു, (1979ൽ അത് നിലവിൽ വന്നു). 4. ആർട്ടിസാൻസ് സഹകരണ സംഘങ്ങൾക്ക് മൂലധനം നൽകാനും അവരുടെ ഉൽപ്പന്നങ്ങൾ വിറ്റഴിക്കുന്നതിനും പ്രത്യേക പരിഗണന നൽകും. 5. സ്വർണ്ണ തൊഴിലാളികൾ സഹകരണസംഘങ്ങൾ രൂപീകരിച്ച് ഹാൻഡിക്രാഫ്റ്റ് ഡെവലപ്മെന്റ് കോർപ്പറേഷന്റെ നിർദ്ദേശാ

നുസരണം ഉൽപാദിപ്പിക്കുന്ന ആഭരണങ്ങൾ മുഴുവൻ കോർപ്പറേഷനെ കൊണ്ട് വിലക്കെടുപ്പിക്കാൻ നടപടിയുണ്ടാകും. 6. സ്വർണ്ണാഭരണ ഇൻസ്റ്റാൾമെന്റ് പദ്ധതി നിരോധിക്കുന്ന പ്രശ്നത്തിൽ ആവശ്യമായ നടപടികൾ സ്വീകരിക്കും. 7. പബ്ലിക് സർവീസ് കമ്മീഷനിൽ വിശ്വകർമ്മ സമുദായത്തിൽ നിന്ന് ഒരാളിനെ എടുക്കുന്ന കാര്യം സർക്കാർ ശ്രദ്ധിക്കും."[6] മേൽ പറഞ്ഞ കാര്യങ്ങളിൽ സർക്കാർ നടപടിയെടുക്കുമെന്ന് നൽകിയ ഉറപ്പിന്മേലാണ് 193 ദിവസം നീണ്ടുനിന്ന റിലേ സത്യാഗ്രഹം അവസാനിപ്പിക്കുന്നതിന് സമുദായ നേതാക്കൾ തീരുമാനിച്ചത്.

## ഡിസംബർ സമരം (1980)

അഖില കേരള വിശ്വകർമ്മ മഹാസഭ കാലങ്ങളായി ആവശ്യപ്പെട്ടു കൊണ്ടിരിക്കുന്ന ആർട്ടിസാൻസ് ഡെവലപ്മെന്റ് കോർപ്പറേഷൻ രൂപീകരിക്കാൻ സി. അച്യുതമേനോൻ സർക്കാരും തുടർന്നു വന്ന സർക്കാരുകളും തയ്യാറായില്ല. ഈ ആവശ്യമുന്നയിച്ചു കൊണ്ട് 1980 ഡിസംബർ 1 മുതൽ വിശ്വകർമ്മ മഹാസഭയുടെയും ആർട്ടിസാൻസ് അസോസിയേഷന്റെയും സംയുക്താഭിമുഖ്യത്തിൽ തിരുവനന്തപുരത്ത് സെക്രട്ടറിയേറ്റ് പടിക്കൽ റിലേ സത്യാഗ്രഹം ആരംഭിച്ചു. കേരള കോൺഗ്രസ് നേതാവ് ടി. എം. ജേക്കബ്. എം. എൽ. എ. ആർട്ടിസാൻസ് ഡെവലപ്മെന്റ് കോർപറേഷൻ രൂപീകരിക്കണം എന്ന ആവശ്യം ഉന്നയിച്ചു കൊണ്ട് 1981 ജനുവരി 1 ന്

---

[6] *സഭ ജനറൽ സെക്രട്ടറിയും സമര സമിതി കൺവീനറുമായ എം. വി. രാഘവൻ ആചാരി 1975 മാർച്ച് 2 ന് പ്രസിദ്ധീകരിച്ച സർക്കുലറിന്റെ ഒന്ന്, രണ്ട് പേജുകളിൽ നിന്ന് എടുത്തിട്ടുള്ളത്.*

നിയമസഭയിൽ ഒരു അടിയന്തര പ്രമേയം അവതരിപ്പിച്ചു. തുടർന്ന് അന്നത്തെ വ്യവസായ മന്ത്രി പി. സി. ചാക്കോ ആർട്ടിസാൻസ് ഡെവലപ്മെന്റ് കോർപറേഷൻ രൂപീകരിക്കുമെന്ന് നിയമസഭയിൽ പ്രഖ്യാപിച്ചു. ടി. എം. ജേക്കബ് എം. എൽ. എ. യുടെ സാന്നിധ്യത്തിൽ സമുദായ നേതാക്കൾ വ്യവസായമന്ത്രി പി. സി. ചാക്കോയുമായി നടത്തിയ ചർച്ചയുടെ അടിസ്ഥാനത്തിൽ റിലേ സത്യാഗ്രഹം അവസാനിപ്പിച്ചു. അടുത്ത ദിവസം കൂടിയ മന്ത്രിസഭയിൽ മുഖ്യമന്ത്രി ഇ. കെ. നായനാരുടെ നേതൃത്വത്തിൽ ആർട്ടിസാൻസ് ഡെവലപ്മെന്റ് കോർപ്പറേഷൻ രൂപീകരിക്കുന്നതിനുള്ള തീരുമാനമായി. ആർട്ടി സാൻസ് ഡെവലപ്മെന്റ് കോർപ്പറേഷൻ എന്ന സ്ഥാപനം സർക്കാർ രൂപീകരിച്ച് 1981 ഒക്ടോബറിൽ രജിസ്റ്റർ ചെയ്ത് പ്രവർത്തനം ആരംഭിച്ചു.

## സമര പ്രചരണ വാഹന ജാഥ (1988)

വിശ്വകർമ്മജരുടെ അടിയന്തിര ആവശ്യങ്ങൾ ഉന്നയിച്ചുകൊണ്ട് കേരളത്തിന്റെ വടക്കേഅറ്റം തൊട്ട് തെക്കേഅറ്റം വരെ ഒരു സമര പ്രചാരണ വാഹന ജാഥ നടത്താൻ തീരുമാനിച്ചു. മഹാസഭ പ്രസിഡന്റ് എ. കുമാരസ്വാമിയുടെ നേതൃത്വത്തിൽ 1988 നവംബർ മാസത്തിൽ കാസർഗോഡ് ജില്ലയിലെ കാഞ്ഞങ്ങാട് അജാനൂർ വിശ്വകർമ്മദേവ ക്ഷേത്രത്തിൽ നിന്നും വാഹനജാഥ ആരംഭിച്ചു. സമര പ്രചാരണ വാഹനജാഥ ഒരു മാസക്കാലം കൊണ്ട് 14 ജില്ലകളിലൂടെയും സഞ്ചരിച്ച് 1500 ലധികം ശാഖകളുടെ സ്വീകരണങ്ങൾ ഏറ്റുവാങ്ങി, പ്രകടനങ്ങളും പൊതുയോഗങ്ങളും നടത്തി, തിരുവനന്തപുരത്ത്

സെക്രട്ടറിയേറ്റ് നടയിൽ എക്കാലത്തെയും വലിയ ധർണ നടത്തി.

സമരപ്രചാരണ വാഹനജാഥയിൽ മഹാസഭ സെക്രട്ടറി രാജഗോപാലൻ (പുന്നപ്ര), ആർട്ടിസാൻസ് അസോസിയേഷൻ ജനറൽ സെക്രട്ടറി മുത്തുസ്വാമി, മഹിളാസമാജം പ്രസിഡന്റ് സരസ്വതിഅമ്മ (പന്തളം), യുവജന ഫെഡറേഷൻ സംസ്ഥാന പ്രസിഡന്റ് ഇ. എൻ. ഗോപാലകൃഷ്ണൻ (കാണക്കാരി), ജനറൽ സെക്രട്ടറി പി. എസ്. മോഹനൻ (കല്ലൂപ്പാറ), ഖജാൻജി കെ. സുരേന്ദ്രൻ (കൊല്ലം) തുടങ്ങിയ സമുദായ പ്രവർത്തകർ പങ്കെടുത്തു.

സമരപ്രചാരണ വാഹനജാഥയുടെ ഭാഗമായി എല്ലാ ദിവസവും നടന്ന പൊതുയോഗങ്ങളിൽ മഹാസഭയുടെ പ്രാപ്തമാക്കുന്ന സമരലക്ഷ്യങ്ങളെക്കുറിച്ച് വിവിധ സമുദായ അംഗങ്ങൾ സംസാരിച്ചു. തലശ്ശേരി, തളിപ്പറമ്പ്, തിരൂർ, ബത്തേരി ഏറനാട്, തലപ്പള്ളി, തൃശ്ശൂർ ആലുവ, മൂവാറ്റുപുഴ, വൈക്കം കോട്ടയം, മീനച്ചിൽ, തൊടുപുഴ, രാജാക്കാട്, ഉടുമ്പൻ ചോല, കാഞ്ഞിരപ്പള്ളി, ചേർത്തല, അമ്പലപ്പുഴ, ചങ്ങനാശ്ശേരി, ചെങ്ങന്നൂർ, തിരുവല്ല, മല്ലപ്പള്ളി, കാഞ്ഞിരപ്പള്ളി, കാർത്തികപ്പള്ളി, കരുനാഗപ്പള്ളി, കൊട്ടാരക്കര, കൊല്ലം, പത്തനംതിട്ട, പത്തനാപുരം എന്നീ യൂണിയനുകൾ നൽകിയ സ്വീകരണത്തെ പറ്റി എടുത്തു പറയേണ്ടതാണ്. ഭരണ-പ്രതിപക്ഷ നേതാക്കന്മാർ അഭിവാദ്യം അർപ്പിച്ച് സംസാരിക്കുകയും ചെയ്തു. മഹാസഭ നേതാക്കന്മാർ സർക്കാരിനും ഭരണപക്ഷ നേതാക്കൾക്കും നിവേദനം നൽകുകയുണ്ടായി.

അനുഭാവപൂർവം പരിഗണിക്കാമെന്ന് മറുപടി യാണ് സർക്കാരിൽ നിന്ന് ലഭിച്ചതെങ്കിലും ഫല മൊന്നുമുണ്ടായില്ല.

## വിശ്വകർമ്മ സംഘടനകളുടെ മഹാസംഗമം (1994)

വിശ്വകർമ്മജരുടെ വിവിധ ആവശ്യങ്ങളുന്നയിച്ച് വിവിധ വിശ്വകർമ്മ സംഘടനകളുടെ നേതൃത്വ ത്തിൽ ഒരു മഹാസംഗമം 1994 ഏപ്രിൽ 30 ന് എറണാകുളം രാജേന്ദ്രമൈതാനത്ത് നടത്തി. അന്ന് നിലവിലുണ്ടായിരുന്ന വിശ്വകർമ്മ സംഘടനകളുടെ ഐക്യവേദി രൂപീകരിച്ച് വിശ്വകർമ്മജരുടെ വിവിധ ആവശ്യങ്ങൾ അടങ്ങിയ ഒരു നിവേദനം അന്ന ത്തെ മുഖ്യമന്ത്രിക്ക് നൽകി. അതിന്മേൽ സർക്കാരി ന്റെ ഭാഗത്തുനിന്ന് ഒരു പ്രതികരണവും ഉണ്ടായില്ല.

മുഖ്യമന്ത്രി കെ. കരുണാകരൻ ഉദ്ഘാടന പ്രസംഗം കഴിഞ്ഞു പോയിട്ടും സംസ്ഥാനത്തിന്റെ പല ഭാഗങ്ങളിൽ നിന്നും പ്രവർത്തകർ വന്നു കൊണ്ടേ യിരുന്നു. വി. എസ്. എസ്. പ്രസിഡന്റ് എ. കെ. ആചാരി (ഡി. വൈ. എസ്. പി.) ആയിരുന്നു വിശ്വ കർമ്മ ഐക്യവേദിയുടെ ജനറൽ കൺവീനർ. ആ കാലയളവിൽ വിശ്വകർമ്മ മഹാസഭയുടെ പ്രസി ഡന്റ് എം. കെ. ദാസപ്പനും ജനറൽ സെക്രട്ടറി എ. കെ. കെ. ആചാരിയുമായിരുന്നു. പല കാരണങ്ങൾ കൊണ്ടും ഐക്യവേദിയുടെ പ്രവർത്തനം മുന്നോട്ടു കൊണ്ടുപോകാൻ കഴിഞ്ഞില്ല.

# ദേവസ്വം ബോർഡ് മാർച്ച് (1996)

കേരളത്തിലെ ക്ഷേത്രകാര്യങ്ങളെ നിയന്ത്രിക്കുന്നതും അവിടേക്ക് ആവശ്യമായ ജീവനക്കാരെ നിയമിക്കുന്നതിനും ഉത്തരവാദപ്പെട്ട ദേവസ്വം ബോർഡുകളിൽ വിശ്വകർമ്മജർക്ക് സാമുദായിക സംവരണം നടപ്പിലാക്കണമെന്ന് ആവശ്യപ്പെട്ട് അഖില കേരള വിശ്വകർമ്മ മഹാസഭയുടെ ജനറൽ സെക്രട്ടറി എം. കെ. ദാസപ്പന്റെ നേതൃത്വത്തിൽ 1996 മാർച്ച് 31 ന് തിരുവതാംകൂർ ദേവസ്വം ബോർഡ് ഓഫീസിലേക്ക് ഒരു കാൽനട ജാഥ ആരംഭിച്ചു.

കോട്ടയം ജില്ലയിലെ വൈക്കത്തു നിന്ന് തിരുവനന്തപുരത്തുള്ള തിരുവിതാംകൂർ ദേവസ്വം ബോർഡ് ഓഫീസിലേക്കാണ് കാൽനട ജാഥ സംഘടിപ്പിച്ചത്. 14 താലൂക്കുകളിലൂടെ സഞ്ചരിച്ച കാൽനട ജാഥ 9 ദിവസങ്ങൾ കൊണ്ട് തിരുവനന്തപുരത്ത് എത്തിച്ചേർന്നു. വിശ്വകർമ്മ ആർട്ടിസാൻസ് യുവജന ഫെഡറേഷൻ ഭാരവാഹികൾ, തെക്കൻ ജില്ലകൾ ഉൾപ്പെട്ട 14 താലൂക്ക് യൂണിയനുകളിലെ സമുദായ പ്രവർത്തകർ, എന്നിവർ പങ്കെടുത്തു. മഹാസഭ നൽകിയ നിവേദനത്തിന്റെ ഫലമായി ദേവസ്വം ബോർഡുകൾ നേരിട്ട് നടത്തുന്ന ഉദ്യോഗനിയമനങ്ങളിൽ വിശ്വകർമ്മ സാമുദായിക സംവരണം നടപ്പാക്കി.

# അവകാശ പ്രഖ്യാപന റാലിയും ധർണ്ണയും (2000-2001)

പുതിയ നൂറ്റാണ്ടിന്റെ തുടക്കത്തിൽ തന്നെ കേരളത്തിലെ വിശ്വകർമ്മജർ അനുഭവിക്കുന്ന അവശതകൾ, അവരുടെ വിവിധ ആവശ്യങ്ങൾ ഉന്നയിച്ച് നിരവധിതവണ അന്നത്തെ സർക്കാറിന് നിവേദനങ്ങൾ സമർപ്പിച്ചിരുന്നു. എന്നാൽ സർക്കാരിന്റെ ഭാഗത്തു നിന്നും അനുകൂല നിലപാടുകൾ ഒന്നും തന്നെ ഉണ്ടായിരുന്നില്ല. തുടർന്ന് 2000 ജൂലൈ 24-ന് അഖില കേരള വിശ്വകർമ്മ മഹാസഭയുടെ നേതൃത്വത്തിൽ തിരുവനന്തപുരത്ത് സെക്രട്ടറിയേറ്റ് നടയിൽ 30000-നു മേൽ സമുദായ അംഗങ്ങളെ പങ്കെടുപ്പിച്ചുകൊണ്ട് അവകാശ പ്രഖ്യാപന റാലിയും ധർണയും നടത്തി.

അക്കാലയളവിൽ മഹാസഭയുടെ പ്രസിഡന്റ് പി. ആർ. ദേവദാസും ജനറൽ സെക്രട്ടറി എം. വി. രാജഗോപാലനും ആയിരുന്നു. മഹാസഭയുടെ പോഷക സംഘടനകളായ കേരള ആർട്ടിസാൻസ് അസോസിയേഷൻ, കേരള ആർട്ടിസാൻസ് മഹിളാ സമാജം, വിശ്വകർമ്മ ആർട്ടിസാൻസ് യുവജന ഫെഡറേഷൻ എന്നിവയുടെ മുന്നണി പ്രവർത്തകരുടെ കഠിന പ്രയത്നം കൊണ്ട് അവകാശ പ്രഖ്യാപനറാലി വൻ വിജയമാക്കാൻ കഴിഞ്ഞു. തുടർന്ന് 2000 ഡിസംബർ 13 ന് കേരളത്തിലെ എല്ലാ ജില്ലാ കളക്ടറേറ്റുകൾക്കു മുൻപിലും മഹാസഭയും പോഷക സംഘടനകളും ചേർന്ന് ഉപരോധം നടത്തി.

കേരള ആർട്ടിസാൻസ് അസോസിയേഷന്റെ നേതൃത്വത്തിൽ 2001 ജനുവരി 3 നും കേരള ആർട്ടിസാൻസ് മഹിളാ സമാജത്തിന്റെ നേതൃത്വത്തിൽ 2001 ജനുവരി 21 നും തിരുവനന്തപുരത്ത് സെക്രട്ടറിയേറ്റിന്റെ മുൻപിൽ ധർണയും ഉപവാസവും നടത്തി.

## പുതുപ്പള്ളി ധർണ്ണ (2012)

നോൺ-ട്രേഡിങ് കമ്പനി ആക്ട് പ്രകാരം 1947 ഡിസംബർ 5 ന് രജിസ്റ്റർ ചെയ്ത അഖില കേരള വിശ്വകർമ്മ മഹാസഭയും ചാരിറ്റബിൾ സൊസൈറ്റിസ് ആക്ട് അനുസരിച്ച് 1968 ആഗസ്റ്റ് 26 ന് രജിസ്റ്റർ ചെയ്ത വിശ്വകർമ്മ സർവീസ് സൊസൈറ്റിയും 1984 ൽ  രജിസ്റ്റർ ചെയ്ത തമിഴ് വിശ്വകർമ്മ സമൂഹവും ലയിച്ച് മറ്റൊരു ഏക സംഘടന 'കേരള വിശ്വകർമ്മ സഭ' ഉണ്ടാകുമെന്ന ധാരണ സൃഷ്ടിച്ചുകൊണ്ടാണ് 2001 മാർച്ച് 13 ന് ലയന പ്രഖ്യാപനം നടത്തിയത്. എന്നാലത് നിരവധി നിയമ-സാങ്കേതിക പ്രശ്നങ്ങൾ മൂലം സാധ്യമായില്ല. അഖില കേരള വിശ്വകർമ്മ മഹാസഭയുടെ രജിസ്ട്രേഷൻ നമ്പർ ഉപയോഗിച്ച്, പുതുതായി രൂപം കൊണ്ട 'കേരള വിശ്വകർമ്മ സഭ' പ്രവർത്തിക്കുകയും അഖില കേരള വിശ്വകർമ്മ മഹാസഭയുടെ ഉടമസ്ഥതയിലുള്ള ചെങ്ങന്നൂർ മുണ്ടൻകാവിലെ ആസ്ഥാന മന്ദിരവും വസ്തുവും അവർ കൈയടക്കുകയും ചെയ്തു. തുടർന്ന് നിരവധി നിയമ വ്യവഹാരങ്ങൾ ഇരുസഭകളും തമ്മിൽ നടന്നു.

ഇരുസഭകളിലേയും സമുദായ പ്രവർത്തകർ തമ്മിൽ നിരന്തരം വാക്പോരുകളും സംഘട്ടനങ്ങളും കേന്ദ്ര

ആസ്ഥാനം തിരികെ പിടിക്കുന്നതിനെ ചൊല്ലിയുള്ള തർക്കങ്ങളും പരിധി വിട്ടു തുടങ്ങിയപ്പോൾ കോട തിക്ക് പുറത്തു വെച്ചൊരു ഒത്തുതീർപ്പ് നന്നായിരിക്കുമെന്ന് മഹാസഭ നേതാക്കന്മാർക്ക് തോന്നി.

അഖില കേരള വിശ്വകർമ്മ മഹാസഭ നേരിടുന്ന പ്രശ്നങ്ങളിൽ ഇടപെടണമെന്നും, ജനറൽ സെക്രട്ടറിക്കും മറ്റ് സമുദായപ്രവർത്തർക്കും പോലീസ് സംരക്ഷണം ലഭ്യമാക്കണമെന്നും, സമുദായ പ്രവർത്തകർക്കിടയിൽ സമാധാനത്തിന്റെ അന്തരീക്ഷം കൊണ്ടുവരണമെന്നും ആവശ്യപ്പെട്ട് അന്നത്തെ മുഖ്യമന്ത്രി ഉമ്മൻ ചാണ്ടിക്ക് നിവേദനം നൽകിയിരുന്നു. എന്നാൽ അനുകൂലമായ ഒരു മറുപടിയും ലഭിച്ചിരുന്നില്ല.

കേരള ആർട്ടിസാൻസ് അസോസിയേഷൻ, കേരള ആർട്ടിസാൻസ് മഹിളാ സമാജം, വിശ്വകർമ്മ ആർട്ടിസാൻസ് യുവജന ഫെഡറേഷൻ എന്നിവയുടെ പ്രവർത്തകരെ കൂടെ ഉൾപ്പെടുത്തി ഏകദേശം 25000 മുകളിൽ സമുദായ പ്രവർത്തകരെ പങ്കെടുപ്പിച്ച് 2012 ഒക്ടോബർ 28 ന് മുഖ്യമന്ത്രിയുടെ പുതുപ്പള്ളിയിലെ സ്വകാര്യ വസതിക്കു മുമ്പിൽ ധർണ നടത്തി. ധർണയുടെ ഉദ്ദേശം ബോധ്യപ്പെട്ട മുഖ്യമന്ത്രി 2012 നവംബർ 14ന് മഹാസഭ പ്രവർത്തകരെ ചർച്ചയ്ക്ക് വിളിച്ചു. സമുദായ നേതാക്കൾ മഹാസഭ നേരിടുന്ന പ്രശ്നങ്ങളെക്കുറിച്ച് മുഖ്യമന്ത്രിയെ ബോധ്യപ്പെടുത്തി. എന്നിരുന്നാലും പ്രത്യേകിച്ച് നടപടികളൊന്നും തന്നെ മഹാസഭയ്ക്ക് അനുകൂലമായി ഉണ്ടായില്ല.

# 4. രണ്ടു ദശാബ്ദത്തിന്റെ ഇരുണ്ട ചരിത്രം

അഖില കേരള വിശ്വകർമ്മ മഹാസഭയുടെ ചരിത്രത്തിൽ 2000 മുതലുള്ള 22 വർഷങ്ങൾ വളരെ പ്രധാനപ്പെട്ട കാലഘട്ടമാണ്. മഹാസഭയുടെ സ്വത്വം സംരക്ഷിക്കുന്നതിനു വേണ്ടിയുള്ള ചെറുത്തു നിൽപ്പിന്റെ നിയമ പോരാട്ടങ്ങൾ ആണ് ഈ 22 വർഷവും കാണാൻ സാധിക്കുക.

മുഴുവൻസമയ സമുദായ പ്രവർത്തകരുടെ ചോരയും നീരും കൊടുത്ത്, സാധാരണക്കാരായ സമുദായാംഗങ്ങളുടെ വിയർപ്പിന്റെ അധ്വാനഫലവും ചേർത്ത് 50 വർഷത്തോളമായി കെട്ടിപ്പടുത്തുയർത്തിയ ഒരു മഹാപാരമ്പര്യത്തിന്റെ കടയ്ക്കൽ കത്തിവെച്ചപ്പോൾ അതിനെ നഖശിഖാന്തമെതിർത്ത് മഹാസഭയുടെ അസ്ഥിത്വവും സ്വത്തും നിലനിർത്താനുള്ള കോടതി വ്യവഹാരങ്ങളുടെ കനൽവഴികളിലൂടെയാണ് 2000 മുതൽ മഹാസഭ സഞ്ചരിച്ചു കൊണ്ടിരിക്കുന്നത്. ആ കാലഘട്ടമത്രയും സഭയുടെ 'ഇരുണ്ട യുഗ'മാണെന്നു വേണമെങ്കിൽ പറയാം. ആ യുഗം മാറി ഉയിർത്തെഴുന്നേൽപ്പിന്റെ ചിറകിലേറി മുന്നോട്ടുള്ള പ്രയാണത്തിന്റെ സമയം അത്ര വിദൂരമല്ലെന്നാണ് പ്രതീക്ഷ.

അഖില കേരള വിശ്വകർമ്മ മഹാസഭ രൂപം കൊണ്ടിട്ട് 50 വർഷം തികയുന്നതിന്റെ ആഘോഷപരിപാടികൾ ആസൂത്രണം ചെയ്ത സമയം.

ഒരു വർഷം നീണ്ട് നിന്ന **കനക ജൂബിലീ ആഘോഷങ്ങളുടെ** സമ്മേളനം 'ഭരതം-97' എന്ന പേരിൽ 1997 ഒക്ടോബർ 26, 27 തീയതികളിൽ കോട്ടയത്ത് നാട്ടകം ഗവണ്മെന്റ് കോളേജിൽ നടന്നു. സമുദായ അംഗങ്ങൾക്ക് വേണ്ടി വിവിധ കലാപരിപാടികൾ നടത്തി. അന്നത്തെ കൃഷി വകുപ്പ് മന്ത്രി റ്റി. കെ. രാമകൃഷ്ണൻ ഉദ്ഘാടനം ചെയ്തു. സമാപന സമ്മേളനം 27-)ം തീയതി വൈകിട്ട് മഹാത്മാഗാന്ധി സർവകലാശാല വൈസ് ചാൻസലർ പ്രൊഫ: വി. എൻ. രാജശേഖരൻ പിള്ള ഉദ്ഘാടനം ചെയ്തു. കലാകായിക വിജയികൾക്ക് ചലച്ചിത്ര സംവിധായകൻ ജയരാജ് സമ്മാനങ്ങൾ നൽകി. അന്നത്തെ മഹാസഭ പ്രസിഡൻറ് പി. വാസുദേവന്റെ നേതൃത്വത്തിലാണ് കനക ജൂബിലീ ആഘോഷങ്ങൾ നടന്നത്.

കനക ജൂബിലീ ആഘോഷങ്ങൾക്ക് ശേഷം മഹാസഭ 1998 ൽ എറണാകുളത്ത് വെച്ച് 51-)ം സംസ്ഥാന പ്രതിനിധി സമ്മേളനം നടത്തി. സംസ്ഥാന പ്രസിഡന്റായി പി. വാസുദേവൻ (കൊല്ലം) ജനറൽ സെക്രട്ടറിയായി എ. കെ. കെ ആചാരി (ചെങ്ങന്നൂർ) എന്നിവരെ തെരഞ്ഞെടുത്തു. എന്നാൽ തെരഞ്ഞെടുപ്പ് നടത്തിയ രീതിയിൽ ചില നിയമപ്രശ്നങ്ങൾ ഉള്ളതിനാൽ ശാസ്താംകോട്ട മുൻസിഫ് കോടതി ഇവരുടെ തെരഞ്ഞെടുപ്പ് ഫലം റദ്ദ് ചെയ്തു.

തുടർന്ന് കൊല്ലത്ത് വെച്ച് 2000 മാർച്ച് 19 ന് നടന്ന പ്രതിനിധി സമ്മേളനത്തിൽ 'രഹസ്യ ബാലറ്റ്' വോട്ടെടുപ്പിലൂടെ അഖില കേരള വിശ്വകർമ്മ മഹാസഭയുടെ പ്രസിഡന്റായി പി. ആർ. ദേവദാസ് (കൊല്ലം),

വൈസ് പ്രസിഡന്റുമാരായി പി. വാമദേവൻ (തിരുവനന്തപുരം), എൻ. പി. ശങ്കരൻകുട്ടി (മൂവാറ്റുപുഴ), ജനറൽ സെക്രട്ടറിയായി എം. വി. രാജഗോപാലൻ (പത്തനംതിട്ട), സെക്രട്ടറിമാരായി കെ. ശങ്കരൻ ആചാരി (കായംകുളം), പി. ഐ. സുകുമാരൻ (പൊൻകുന്നം), ഖജാൻജിയായി ടി. പി. കുമാരൻ ആചാരി (വള്ളംകുളം) എന്നിവരെ തെരെഞ്ഞെടുത്തു. അതേവർഷം ഏപ്രിൽ 20 ന് ഭരണസമിതി അംഗങ്ങൾ തൽസ്ഥാനങ്ങൾ ഏറ്റെടുത്ത് തങ്ങളുടെ പ്രവർത്തനങ്ങൾ ആരംഭിച്ചു.

2001 ലെ നിയമസഭാ തെരഞ്ഞെടുപ്പ് ആസന്നമായിരിക്കുന്ന കാലം: കേരളത്തിലെ 48 ലക്ഷം വരുന്ന വിശ്വകർമ്മ ജനത ഒറ്റ സംഘടനയ്ക്ക് പിന്നിൽ അണിനിരന്നാൽ സഭയ്ക്ക് രാഷ്ട്രീയപരമായ ഒരു മുന്നേറ്റം ഉണ്ടാകുമെന്ന് അന്നത്തെ ചില സമുദായ നേതാക്കൾ പറഞ്ഞു.

കേരളത്തിലെ വിശ്വകർമ്മജരെ ഒരൊറ്റ 'വോട്ട് ബാങ്ക്' ആയി രാഷ്ട്രീയ മുന്നണികൾക്ക് മുൻപിൽ അവതരിപ്പിക്കാൻ കഴിയുമെങ്കിൽ അത് നല്ല കാര്യമാണെന്നും എന്നാൽ സംസ്ഥാനത്തെ വിവിധ വിശ്വകർമ്മ സംഘടനകളെ ഏകോപിപ്പിച്ച് ഒരു കുടക്കീഴിൽ കൊണ്ടുവരിക എന്നത് പ്രായോഗികതലത്തിൽ വളരെ പ്രയാസമുള്ളകാര്യമാണെന്നും സഭ മുൻ ജനറൽ സെക്രട്ടറി എം. ജി. പി. ആചാരി ഉൾപ്പെടെയുള്ളവർ മഹാസഭ ഡയറക്ടർ ബോർഡിനു മുമ്പിൽ ചൂണ്ടിക്കാണിച്ചതാണ്. എന്നാൽ ഭൂരിപക്ഷം ബോർഡ് അംഗങ്ങളും അത് ഉൾക്കൊള്ളാൻ തയ്യാറായില്ല. സഭാ സംസ്ഥാന പ്രസിഡന്റ് ഏക സംഘടന ലയനവാദം ആവർത്തിച്ചുന്നയിച്ചു.

നിയമസഭാ തെരഞ്ഞെടുപ്പ് ആസന്നമായിരിക്കുന്നതിനാൽ വിശ്വകർമ്മജർ ഇപ്പോൾ ഒരുമിച്ചാൽ അഞ്ച് എം. എൽ. എ. സ്ഥാനാർത്ഥി സ്ഥാനങ്ങൾ ഐക്യ ജനാധിപത്യ മുന്നണി (U. D. F) തരാൻ തയ്യാറാണെന്നും അതിനുവേണ്ടി യു. ഡി. എഫ് ഒരു ഉന്നതാധികാര സമിതിയെ ചുമതലപെടുത്തിയിട്ടുണ്ടെന്നും മഹാസഭയുടെ ബോർഡിൽ ചിലർ പ്രഖ്യാപിച്ചു. ഏക സംഘടനാ ലയനം എത്രയും വേഗം നടത്തിയാൽ രാഷ്ട്രീയലാഭം ഉണ്ടാക്കുവാൻ കഴിയുമെന്ന അവരുടെ വാദത്തോട് ഭൂരിപക്ഷം ബോർഡ് അംഗങ്ങളും അനുകൂലിച്ചിരുന്നതിനാൽ ഡയറക്ടർ ബോർഡ് തീരുമാനം എന്ന നിലയിൽ ജനറൽ സെക്രട്ടറിക്ക് അതിന്റെ കൂടെ നിൽക്കേണ്ടി വന്നു എന്നുള്ളത് ഖേദകരമായ സത്യമാണ്.

മുൻപേ നടന്ന മഹാരഥന്മാരിൽ പലരും അവരവരുടെ ഭരണകാലത്ത് മഹാസഭയുടെ നേതൃത്വത്തിൽ വിവിധ വിശ്വകർമ്മ സംഘടനകളെ ഏകോപിപ്പിച്ച് ഒറ്റ സംഘടന രൂപീകരിക്കാൻ നിരവധി ശ്രമങ്ങൾ നടത്തിയിട്ടുണ്ട്. എന്നാൽ നിയമത്തിന്റെയും സാങ്കേതികതയുടെയും ചുവപ്പു നാടകളിൽപെട്ട് അത് ഒരിക്കലും പ്രായോഗികമല്ലെന്ന് പലപ്രാവശ്യം തെളിഞ്ഞിട്ടുള്ളതാണ്. കാരണം നിലവിൽ കേരളത്തിൽ പ്രവർത്തിക്കുന്ന പല വിശ്വകർമ്മ സംഘടനകൾക്കും 50 വർഷത്തിലേറെ പാരമ്പര്യമുണ്ട്. ഇക്കാലമത്രയും കൊണ്ട് അവരുടെ സമുദായ പ്രവർത്തകരുടെ പരിശ്രമങ്ങളുടെ ഫലമായി ഓരോ സംഘടനയ്ക്കും പാരമ്പര്യവും പേരും കേരളത്തിലുടനീളം കോടിക്കണക്കിന് രൂപയുടെ സ്വത്തും സ്വായത്തമാക്കിയിട്ടുണ്ട്. ഇതെല്ലാം കൈകാര്യം ചെയ്യുവാനുള്ള അവകാശം പുതുതായി രൂപംകൊള്ളുന്ന സംഘട

നയ്ക്ക് നിരുപാധികം വിട്ടുകൊടുക്കാൻ ഏതെങ്കിലും സംഘടന തയ്യാറാകുമോ? വിവിധ സംഘടനകളുടെ രജിസ്ട്രേഷൻ നടന്നിരിക്കുന്നത് നോൺ-ട്രേഡിങ് കമ്പനിസ് ആക്റ്റോ (non-trading companies act) അല്ലെങ്കിൽ ചാരിറ്റബിൾ സൊസൈറ്റിസ് ആക്റ്റോ (charitable societies act) അല്ലെങ്കിൽ ചാരിറ്റബിൾ ട്രസ്റ്റ് ആക്റ്റ് (charitable trust act) അനുസരിച്ചോ ആണ്. വിവിധ രജിസ്ട്രേഷൻ നിയമങ്ങൾ അനുസരിച്ച് രജിസ്റ്റർ ചെയ്യപ്പെട്ട സംഘടനകൾ ലയിച്ച് പുതിയ സംഘടന രൂപംകൊള്ളുന്നതിന് സാങ്കേതിക തലത്തിൽ നിയമത്തിന്റെ എല്ലാ നൂലാമാലകളും പരിഹരിച്ചു പോയെങ്കിൽ മാത്രമേ ലയനം സാധ്യമാകുകയുള്ളൂ.

എന്നാൽ ഇക്കാര്യങ്ങളൊന്നും കണക്കിലെടുക്കാതെ, ഏകസംഘടനാ ലയനവാദം ഉന്നയിച്ചവരെ പിന്തുണച്ചാൽ തങ്ങൾക്ക് വിവിധ പൊതുമേഖലാ സ്ഥാപനങ്ങളുടെ ഡയറക്ടർ ബോർഡ്കൾ, ദേവസ്വം ബോർഡ് എന്നീ സ്ഥാപനങ്ങളിൽ ലഭിക്കാൻ പോകുന്ന ഉന്നത സ്ഥാനമാനങ്ങളെ പറ്റി മാത്രം ഒരു കൂട്ടം ഡയറക്ടർ ബോർഡ് മെമ്പർമാർ ചിന്തിച്ചു.

നോൺ-ട്രേഡിങ് കമ്പനി ആക്റ്റ് അനുസരിച്ച് രജിസ്റ്റർ ചെയ്യപെട്ട അഖില കേരള വിശ്വകർമ്മ മഹാസഭയും ചാരിറ്റബിൾ സൊസൈറ്റിസ് ആക്റ്റ് അനുസരിച്ച് രജിസ്റ്റർ ചെയ്തിട്ടുള്ള വിശ്വകർമ്മ സർവീസ് സൊസൈറ്റിയും തമിഴ് വിശ്വകർമ്മ സമൂഹം ലയിച്ച് 'കേരള വിശ്വകർമ്മ സഭ' എന്നൊരു പുതിയ സംഘടന ഉണ്ടായതായി 2001 മാർച്ച് 13 ന് ബന്ധപ്പെട്ടവർ ലയന പ്രഖ്യാപന സമ്മേളനം നടത്തി അറിയിച്ചു.

എന്നാൽ 2001 ലെ നിയമസഭാ തെരഞ്ഞെടുപ്പ് കഴിഞ്ഞപ്പോൾ ആഗ്രഹിച്ച സ്ഥാനമാനങ്ങൾ ആർക്കും ലഭിച്ചില്ലെന്ന് മാത്രമല്ല അവരിൽ ചിലർ സാമ്പത്തികമായും വഞ്ചിക്കപ്പെട്ടു. തുടർന്ന് വിശ്വകർമ്മ സർവീസ് സൊസൈറ്റിയും തമിഴ് വിശ്വകർമ്മ സമൂഹം അവരവരുടെ സ്വത്വങ്ങൾ കാത്തുസൂക്ഷിച്ചു സ്വതന്ത്ര സംഘടനകളായി നിലനിൽക്കുകയും അഖില കേരള വിശ്വകർമ്മ മഹാസഭ പിളരുകയും ആണ് യഥാർത്ഥത്തിൽ സംഭവിച്ചത്.

മഹാസഭയുടെ പ്രവർത്തകരായിരുന്ന ഒരു വിഭാഗം സമുദായ പ്രവർത്തകർ സംസ്ഥാന പ്രസിഡന്റിനെ അനുകൂലിക്കുകയും അഖില കേരള വിശ്വകർമ്മ മഹാസഭ ഇല്ലെന്നും പകരം കേരള വിശ്വകർമ്മ സഭ (K. V. S.) ആണ് ഉള്ളതെന്നും വാദിച്ചു. എന്നാൽ അഖില കേരള വിശ്വകർമ്മ മഹാസഭയുടെ പാരമ്പര്യവും സ്വത്വവും സ്വത്തും അതേപടി നിലനിർത്തി കാണണമെന്ന് ആഗ്രഹിക്കുന്ന മറ്റൊരു വിഭാഗം സമുദായ പ്രവർത്തകർ ജനറൽ സെക്രട്ടറിയെ പിന്തുണച്ച് അഖില കേരള വിശ്വകർമ്മ മഹാസഭ ആയി തന്നെ നില കൊള്ളുകയും പ്രവർത്തിക്കുകയും ചെയ്തു.

മഹാസഭയുടെ ഉന്നതതലത്തിൽ ഉണ്ടായ പിളർപ്പ് കീഴ്ഘടകങ്ങളിലേക്കും അവയുടെ ഭരണ സമിതികളിലേക്കും ബാധിച്ചു. സാധാരണ ശാഖാംഗങ്ങളിലും സമുദായ പ്രവർത്തകരിലും ഇത് ആശയക്കുഴപ്പം സൃഷ്ടിച്ചു. യഥാർത്ഥത്തിൽ ഏക സംഘടനാ ലയനം നടന്നോ, തങ്ങൾ ഏത് വിഭാഗത്തിലാണ് പ്രവർത്തിക്കുന്നത്, മഹാസഭ നിലവിലുണ്ടോ എന്നൊന്നും വ്യക്തമാകാത്ത ചിത്രം.

ചില ശാഖകളും യൂണിയനുകളും പ്രസിഡന്റിനെ പിന്തുണച്ചു നിന്നപ്പോൾ അവിടുത്തെ സാധാരണ ശാഖാംഗങ്ങളും സമുദായ പ്രവർത്തകരും ജനറൽ സെക്രട്ടറിയെ അനുകൂലിക്കുന്നവർ ആയി. ഏക സംഘടന ലയനത്തെ തുടർന്നുണ്ടായ ആശയകുഴപ്പം വർഷങ്ങളോളം ശാഖകളിലും യൂണിയനുകളും സമുദായ പ്രവർത്തകരുടെ ഉള്ളിലും നിലനിന്നു: ഇപ്പോഴും നില നിൽക്കുന്നു. മഹാസഭയിലെ ഇരുവിഭാഗങ്ങൾ തമ്മിലുള്ള തർക്കത്തിനിടയിൽ ഒരു വിഭാഗം ഓഫീസ് സ്ഥാപനങ്ങളും രേഖകളും പിടിച്ചടക്കുകയും അതു വിട്ടുകിട്ടാൻ വേണ്ടിയും നീതിക്ക് വേണ്ടിയും എതിർവിഭാഗം ജനറൽ സെക്രട്ടറിയുടെ നേതൃത്വത്തിൽ നിയമപോരാട്ടം നടത്തുകയും ചെയ്യുന്നു.

അഖില കേരള വിശ്വകർമ്മ മഹാസഭയുടെ പേരുമാറ്റത്തിനുള്ള പ്രമേയങ്ങൾ കേരള വിശ്വകർമ്മ സഭ യോഗങ്ങൾ ചേർന്ന് പാസാക്കി പേരുമാറ്റത്തിനുള്ള അപേക്ഷകൾ രജിസ്ട്രാർക്കും വകുപ്പ് മന്ത്രിക്കും മുഖ്യമന്ത്രിക്കും മഹാസഭയെന്ന വ്യാജേന കെ. വി. എസ്. നൽകി. പേരുമാറ്റം സംബന്ധിച്ച അപേക്ഷ സ്വീകരിച്ച് വളരെ തിടുക്കത്തിൽ രജിസ്ട്രേഷൻ വകുപ്പ് സംഘടനയുടെ പേരുമാറ്റം അംഗീകരിച്ചു കൊണ്ട് 2002 ഏപ്രിൽ 17 ന് പ്രിൻസിപ്പൽ സെക്രട്ടറി (രജിസ്ട്രേഷൻ) ഉത്തരവിറക്കി. ഈ സർക്കാർ ഉത്തരവിനെ അടിസ്ഥാനപ്പെടുത്തി നോൺ-ട്രേഡിങ് കമ്പനി രജിസ്ട്രാർ 2002 ഏപ്രിൽ 18 ന് അഖില കേരള വിശ്വകർമ്മ മഹാസഭയുടെ പേര് കേരള വിശ്വകർമ്മ സഭ എന്നാക്കി മാറ്റിക്കൊണ്ട് ഉത്തരവിറക്കി.

അഖില കേരള വിശ്വകർമ്മ മഹാസഭയുടെ പേര് കേരള വിശ്വകർമ്മ സഭ എന്ന് ആക്കി മാറ്റിയ സർക്കാർ ഉത്തരവും നോൺ-ട്രേഡിങ് കമ്പനി രജിസ്ട്രാറുടെ ഉത്തരവും റദ്ദ് ചെയ്തു കിട്ടുന്നതിനു വേണ്ടി മഹാസഭ ജനറൽ സെക്രട്ടറി എം. വി. രാജഗോപാലൻ ഹൈക്കോടതിയെ സമീപിച്ചു. പേരുമാറ്റം സംബന്ധിച്ച് ഉചിതമായ തീരുമാനമെടുത്ത് ഉത്തരവിറക്കാൻ നോൺ-ട്രേഡിങ് കമ്പനി രജിസ്ട്രാർക്ക് നിർദേശം നൽകികൊണ്ട് ഹൈക്കോടതി ഡിവിഷൻ ബെഞ്ച് 2006 മാർച്ച് 9 ന് ഉത്തരവിറക്കി.

മഹാസഭയുടെ പേരുമാറ്റം സംബന്ധിച്ച നിയമപോരാട്ടങ്ങൾ കൊടുംപിരികൊണ്ടു നിൽക്കുന്ന സമയത്താണ് 2007 ഡിസംബർ 5 ന് മഹാസഭ രൂപീകരിച്ചിട്ടു 60 വർഷം തികയുന്നത്. ഒരു മാസം നീണ്ടു നിന്ന **വജ്രജൂബിലി ആഘോഷങ്ങൾ** മഹാസഭയുടെ വിവിധ ശാഖകളിലും യൂണിയനുകളിലും കേന്ദ്രത്തിലും നടത്തി. ആഘോഷങ്ങളുടെ സമാപനത്തിന് മുന്നോടിയായി 2008 ജനുവരി 4 ന് മഹാസഭാ പ്രസിഡന്റ് ആയിരുന്ന അഡ്വ. എൻ. രാജഗോപാലിന്റെ കാർത്തികപ്പള്ളി, പുതുപ്പള്ളിയിലെ സ്മൃതി കുടീരത്തിൽ നിന്ന് ദീപശിഖ ആദരപൂർവം മുണ്ടൻകാവിലുള്ള കേന്ദ്ര ഓഫീസിൽ കൊണ്ടുവന്നു. താലൂക്ക് യൂണിയൻ പ്രസിഡന്റ് എസ്. കുമാരസ്വാമി, സെക്രട്ടറി ഭാസ്കരൻ ആചാരി എന്നിവരുടെ നേതൃത്വത്തിൽ യുവജന ഫെഡറേഷന്റെ സഹകരണത്തോടെ ദീപശിഖാ പ്രയാണം അവിസ്മരണീയമാക്കി. തൊട്ടടുത്ത ദിവസം വൈകിട്ട് പൊതു സമ്മേളനം അന്നത്തെ പൊതുമരാമത്തു മന്ത്രി മോൻസ് ജോസഫ് ഉദ്ഘാടനം ചെയ്തു. തുടർന്ന് ഗതാഗത

വകുപ്പ് മന്ത്രി അഡ്വ. മാത്യു. ടി. തോമസ് മുഖ്യപ്രഭാഷണം നടത്തി. സാംബവ മഹാസഭാ, യോഗക്ഷേമ സഭ, എസ്. എൻ. ഡി. പി, മലങ്കര ഓർത്തഡോക്സ് സഭ, കേരള പുലയർ മഹാസഭ, തമിഴ് വിശ്വകർമ്മ സമൂഹം, വിശ്വകർമ്മ സർവീസ് സൊസൈറ്റി തുടങ്ങിയ സാമുദായിക സംഘടനകളുടെ പ്രതിനിധികൾ സമ്മേളനത്തിൽ പങ്കെടുത്തു. മഹാസഭ പ്രസിഡന്റ് വി. കെ. ശേഖർ, ജനറൽ സെക്രട്ടറി എം. വി. രാജഗോപാലൻ, സ്വാഗതസംഘം ജനറൽ കൺവീനർ മുന്നൂർ ഗോപാലകൃഷ്ണൻ എന്നിവരുടെ നേതൃത്വത്തിൽ ആയിരുന്നു വജ്ര ജൂബിലീ ആഘോഷങ്ങൾ നടന്നത്.

മഹാസഭയുടെ പേരും അസ്ഥിത്വവും നിലനിർത്താൻ ജനറൽ സെക്രട്ടറി നടത്തിയ പത്ത് വർഷം നീണ്ടനിയമ പോരാട്ടത്തിനൊടുവിൽ 2016 ൽ അഖില കേരള വിശ്വകർമ്മ മഹാസഭയുടെ പേരുമാറ്റം നിരസിച്ചുകൊണ്ടു ഹൈക്കോടതിയും നോൺ-ട്രേഡിങ്ങ് കമ്പനി രജിസ്ട്രാറും ഉത്തരവിട്ടു. മഹാസഭയുടെ പേരുമാറ്റം നിരസിക്കുകയും കെ. വി. എസ്. ന് അംഗീകാരം ഇല്ലാതെ വരുകയും ചെയ്തപ്പോൾ കെ. വി. എസ്. പ്രസിഡന്റ് തന്റെ നിലപാട്, മാറ്റുകയും അഖില കേരള വിശ്വകർമ്മ മഹാസഭയുടെ പ്രസിഡന്റ് താനാണെന്ന് മാറ്റി പറയുകയും ചെയ്തു.

“കേരള വിശ്വകർമ സഭയായി പ്രവർത്തിച്ചു വന്ന സംഘടന ഇനി അഖില കേരള വിശ്വകർമ്മ മഹാസഭയെന്ന പേരിൽ പ്രവർത്തിക്കും. മുഴുവൻ ശാഖകളും യൂണിയനുകളും ജില്ലാ കമ്മിറ്റികളും കേന്ദ്രകമ്മിറ്റിയും പുതിയ പേരിലാകും മേലിൽ പ്രവർത്തി

ക്കുക. തിരുവല്ലയിൽ ചേർന്ന സംസ്ഥാന നേതൃസം ഗമമാണ് തീരുമാനം കൈക്കൊണ്ടതെന്ന് സംസ്ഥാ ന പ്രസിഡന്റ് അഡ്വ. പി. ആർ. ദേവദാസ് പത്രസ മ്മേളനത്തിൽ അറിയിച്ചു. പേരുമാറ്റത്തിനുള്ള അ പേക്ഷ തിരുവനന്തപുരം നോൺ -ട്രേഡിങ്ങ് കമ്പനി രജിസ്ട്രാർ നിരസിച്ച സാഹചര്യത്തിലാണ് ഈ നട പടിയെന്ന് അദ്ദേഹം പറഞ്ഞു."[7]

ലയനത്തിന്റെ പേരിൽ ഒരു സംഘടന പിളർത്തുക യും പിന്നീട് അതേ സംഘടനയുടെ ഭാരവാഹിയാ ണെന്നു പറഞ്ഞു തിരിച്ചുവരികയും അന്നും ഇന്നും തന്നോടൊപ്പം നിൽക്കുന്ന സമുദായപ്രവർത്തകരെ പോലും തെറ്റിദ്ധരിപ്പിക്കുന്നതുമായ നിലപാടാണ് അദ്ദേഹം സ്വീകരിച്ചതെന്നാണ് ആരോപണം.

കഴിഞ്ഞ 22 വർഷമായി മഹാസഭ നേരിടുന്ന എല്ലാ അസ്ഥിരതകൾക്കും ഉള്ള ഏക പോംവഴി നിയമ പരമായി സംഘടനാ തെരഞ്ഞെടുപ്പ് നടത്തുകയും സ്ഥിരതയുള്ള ഒരു ഭരണ സമിതി മഹാസഭയുടെ പ്രവർത്തനങ്ങൾ ഏറ്റെടുത്ത് നടത്തുകയുമാണ് വേണ്ടത്.

നിയമപരമായി സംഘടനയുടെ തെരഞ്ഞെടുപ്പ് നട ത്താൻ തന്നെ അനുവദിക്കണമെന്നും അല്ലാത്ത പ ക്ഷം ഹൈക്കോടതിയുടെ ചുമതലയിൽ തെര ഞ്ഞെടുപ്പ് നടത്തണമെന്നും ആവശ്യപ്പെട്ടുകൊണ്ട് 2019 ൽ എം. വി. രാജഗോപാലൻ ഹൈക്കോടതി യിൽ കേസ് നൽകി. ഇത് ഹൈക്കോടതി അംഗീക രിച്ച് "2019 ഡിസംബർ അവസാനിക്കുന്നതിനു

---

*[7] 2016 സെപ്റ്റംബർ 22 ന് മാതൃഭൂമി ദിനപത്രം പത്തനംതിട്ട എഡിഷനിൽ പ്രസിദ്ധീകരിച്ച വാർത്തയിൽ നിന്നുള്ള പ്രസക്തഭാഗം.*

മുൻപ് തെരഞ്ഞെടുപ്പ് നടത്താൻ ഒരു അഭിഭാഷക കമ്മീഷണറെ നിയമിക്കുകയും അദ്ദേഹം മഹാസഭയുടെ നിയമാവലി അനുസരിച്ച് വോട്ടർമാരുടെ പട്ടികയ്ക്ക് അന്തിമ രൂപം നൽകുകയും ചെയ്യണം. കമ്മീഷണറായി അഡ്വ. ശ്രീലാൽ വാര്യരെ നിയമിച്ചു."[8]

കോവിഡും ലോക്ക്ഡൗണും മറ്റ് സാങ്കേതിക തടസങ്ങളും കാരണം തെരഞ്ഞെടുപ്പ് 2022 ജൂണിലും നടന്നിട്ടില്ല. വൈകിയാണെങ്കിലും, എക്കാലവും ശരിയുടെ പക്ഷത്തിന് നീതിയും ന്യായവും ലഭിക്കുമെന്നാണ് പ്രതീക്ഷ.

---

*[8] മഹാസഭയുടെ തെരഞ്ഞെടുപ്പ് നടത്തണമെന്നാവശ്യപ്പെട്ട്, ആർ. എസ്. എ. 1030/2017 കേസിലെ ഒന്നാം പ്രതി എം. വി. രാജഗോപാലൻ ഹൈക്കോടതിയിൽ നൽകിയ ഐ. എ. നം. 1/2019 കേസിലെ 2019 സെപ്റ്റംബർ 5 ൽ ഇറങ്ങിയ ഉത്തരവിന്റെ പ്രസക്ത ഭാഗത്തിന്റെ മലയാള പരിഭാഷ.*

# 5. ഏകസംഘടന ലയനത്തിനുള്ള നിയമനടപടികൾ

അഖില കേരള വിശ്വകർമ്മ മഹാസഭയും വിശ്വകർമ്മ സർവീസ് സൊസൈറ്റിയും തമിഴ് വിശ്വകർമ്മ സമൂഹവും ലയിച്ച് പുതിയ സംഘടന ഉണ്ടാകുമെന്നാണ് ലയനവാദം ഉന്നയിച്ചവർ പറഞ്ഞത്. എന്നാൽ എന്തുകൊണ്ടാണ് അത് പ്രായോഗികമാക്കാൻ കഴിയാതെ പോയത്? നിരവധി കാരണങ്ങളുണ്ട് അതിനു പിന്നിൽ.

1. അഖില കേരള വിശ്വകർമ്മ മഹാസഭ രജിസ്റ്റർ ചെയ്തിട്ടുള്ളത് 1937 ലെ തിരുവിതാംകൂർ നോൺ-ട്രേഡിങ് കമ്പനി ആക്ട് പ്രകാരമാണ്.

2. 1955 ലെ ചാരിറ്റബിൾ സൊസൈറ്റിസ് ആക്ട് അനുസരിച്ചാണ് വിശ്വകർമ്മ സർവീസ് സൊസൈറ്റി 1968 ലും തമിഴ് വിശ്വകർമ്മ സമൂഹം 1984 ലും രജിസ്റ്റർ ചെയ്തിട്ടുള്ളത്.

3. സംഘടനകളുടെ അംഗീകരിച്ച നിയമാവലിയിൽ പറയുന്ന പ്രകാരമേ സംഘടന പിരിച്ചു വിടാൻ കഴിയുകയുള്ളൂ: പിരിച്ചുവിടലിനെ കുറിച്ച് നിയമാവലിയിൽ പറഞ്ഞിട്ടില്ലെങ്കിൽ 1956 ലെ ഇന്ത്യൻ കമ്പനി നിയമത്തിലെ വ്യവസ്ഥകൾ സ്വീകരിക്കാവുന്നതാണ്.

4. കമ്പനീസ് ആക്ട് അനുസരിച്ച് രജിസ്റ്റർ ചെയ്ത മഹാസഭ പിരിച്ചുവിടുന്നത് വളരെ ദുഷ്കരവും ഏറെ കാലതാമസം എടുക്കുന്നതുമായ പ്രക്രിയയാണ്.

5. ചാരിറ്റബിൾ സൊസൈറ്റീസ് ആക്ട് അനുസരിച്ച് രജിസ്റ്റർ ചെയ്യപ്പെട്ട മറ്റു രണ്ട് സംഘടനകളും പിരിച്ചുവിട്ടു മഹാസഭയിൽ ലയിക്കുന്ന പ്രക്രിയ വളരെ എളുപ്പമുള്ള ഒന്നാണ്.

6. നിയമപ്രകാരം മൂന്നു സംഘടനകളുടെയും ശാഖ, യൂണിയൻ, കേന്ദ്രതലത്തിലുള്ള സ്ഥാവര-ജംഗമ സ്വത്തുക്കൾ ആസ്തി-ബാധ്യതകൾ എന്നിവയെല്ലാം തിട്ടപ്പെടുത്തേണ്ടതുണ്ട്.

7. സ്വത്തുവകകളുടെ കണക്കെടുപ്പിന് ഓരോ സംഘടനകളും 11 പേരെ വീതം ഉൾപ്പെടുത്തി ഒരു ഉന്നതതല കമ്മിറ്റി (high level committee) രൂപീകരിക്കണം. അപ്രകാരമുള്ള തീരുമാനമെടുത്തിരുന്നു.

8. ഉന്നതതല കമ്മിറ്റിയുടെ പഠന റിപ്പോർട്ടിലെ കരട് നിർദേശങ്ങൾ ആദ്യം കൗൺസിലിലും പിന്നെ ഡയറക്ടർ ബോർഡിലും ചർച്ചചെയ്തു മാറ്റങ്ങൾ വരുത്തിയ ശേഷം യൂണിയൻ, ശാഖാ തലത്തിൽ അവതരിപ്പിക്കണം.

9. കീഴ്ഘടകങ്ങളിൽ നിന്നു ലഭിക്കുന്ന നിർദ്ദേശങ്ങൾ കൂടി ഉൾപ്പെടുത്തി ഡയറക്ടർ ബോർഡിൽ വീണ്ടും അവതരിപ്പിച്ച് അംഗീകാരം വാങ്ങണം.

10. ലയനത്തിനു വേണ്ടിയുള്ള അന്തിമ നിർദേശങ്ങൾ ഓരോ സംഘടനകളുടെയും ജനറൽ ബോഡിയിൽ അവതരിപ്പിച്ച് അംഗീകാരം നേടുകയും ലയന

പ്രക്രിയയെപ്പറ്റി ഏകാഭിപ്രായവും ധാരണയും ഉണ്ടാക്കണം.

11. മൂന്നു സംഘടനകളുടെ സംയുക്ത പൊതുയോഗം വിളിച്ച് ഏകസംഘടന പ്രമേയം അവതരിപ്പിച്ച് അംഗീകാരം നേടണം. എന്നാൽ മാത്രമേ സംഘടനകളുടെ ലയനം സാധ്യമാകുകയുള്ളൂ: അതിനു ശേഷമേ ലയന നടപടികൾക്ക് പ്രായോഗിക തുടക്കം കുറിക്കപ്പെടുകയുള്ളു.

മേൽപ്പറഞ്ഞ നടപടിക്രമങ്ങളിൽ ഒന്നുപോലും ഒരു സംഘടനയും നടത്തിയതായി അറിയാൻ കഴിഞ്ഞില്ല. ഏകസംഘടന ലയനത്തിനുള്ള നിയമ നടപടികൾ ഓരോ സംഘടനയും പൂർത്തീകരിക്കാൻ കുറഞ്ഞത് രണ്ടു വർഷം എടുക്കും. അതിനുപകരം ഏറ്റവും അവസാനത്തെ നടപടിയായ മൂന്നു സംഘടനകളുടെയും സംയുക്ത യോഗം വിളിക്കുകയാണുണ്ടായത്. തുടർന്ന് 2001 ഫെബ്രുവരി 21 മുതൽ മാർച്ച് 13 വരെയുള്ള 20 ദിവസങ്ങൾ കൊണ്ട് ചില പ്രഹസനനടപടികൾ നടത്തി.

“അഖില കേരള വിശ്വകർമ്മ മഹാസഭയുടെ ഇന്നുള്ള രജിസ്ട്രേഷൻ നിലനിർത്തി 'കേരള വിശ്വകർമ സഭ' എന്ന പേര് സ്വീകരിച്ചു കൊണ്ട് വിശ്വകർമ്മ സർവീസ് സൊസൈറ്റി, തമിഴ് വിശ്വകർമ്മ സമൂഹം എന്നീ സംഘടനകൾ പ്രസ്തുത സംഘടനയിലേക്ക് നിരുപാധികം ലയിക്കുന്നതിനു എടുത്ത തീരുമാനം ഈ യോഗം പരിപൂർണ്ണമായി അംഗീകരിക്കുന്നു.”[9]

---

[9] *മഹാസഭ 2001 മാർച്ച് 4 ന് ചേർന്ന താലൂക്ക് യൂണിയൻ പ്രസിഡന്റ്/സെക്രട്ടറിമാരുടെ സംയുക്ത യോഗത്തിൽ അവതരിപ്പിച്ച പ്രമേയം.*

ഏക സംഘടന ലയന തീരുമാനം സംബന്ധിച്ച് മഹാസഭ 2001 മാർച്ച് 4 ന് ചേർന്ന താലൂക്ക് യൂണിയൻ പ്രസിഡന്റ്/സെക്രട്ടറിമാരുടെ സംയുക്ത യോഗത്തിൽ അവതരിപ്പിച്ച പ്രമേയം 2001 മാർച്ച് 10 ന് ചേർന്ന മഹാസഭ സംസ്ഥാന സമ്മേളനത്തിൽ അംഗീകരിച്ചു. ഒടുവിൽ 2001 മാർച്ച് 13 ന് ഏകസംഘടന ലയന പ്രഖ്യാപന സമ്മേളനം നടത്തി 'കേരള വിശ്വകർമ്മ സഭ' നിലവിൽ വന്നു എന്നറിയിച്ചു.

## വിശ്വകർമ്മ സർവീസ് സൊസൈറ്റി (V. S. S.), തമിഴ് വിശ്വകർമ്മ സമൂഹം (T. V. S.): നിലപാടു മാറ്റം

അഖില കേരള വിശ്വകർമ്മ മഹാസഭയുമായി നേരത്തെ ഉണ്ടാക്കിയ ലയന ധാരണയിൽ നിന്നും വിശ്വകർമ്മ സർവീസ് സൊസൈറ്റിയും തമിഴ് വിശ്വകർമ്മ സമൂഹവും പിൻവാങ്ങി.

തമിഴ് വിശ്വകർമ്മ സമൂഹം 2001 ഫെബ്രുവരി 24 ന് ആലപ്പുഴയിൽ ചേർന്ന സംസ്ഥാന സമ്മേളനത്തിൽ “VSS, AKVMS എന്നീ വിശ്വകർമ്മ സംഘടനകളുമായി തമിഴ് വിശ്വകർമ സമൂഹം ലയനത്തിനില്ല. പകരം പൊതു കാര്യങ്ങളിൽ യോജിച്ചു പ്രവർത്തിക്കാൻ തീരുമാനിച്ചു. പ്രസ്തുത വിവരം നേതൃത്വത്തിനെ അറിയിക്കാൻ തീരുമാനിച്ചു.”[10]

തമിഴ് വിശ്വകർമ്മ സമൂഹത്തിന്റെ തീരുമാനം അറിയിക്കുന്ന കത്ത് അവരുടെ അന്നത്തെ ജനറൽ

---

[10] *തമിഴ് വിശ്വകർമ്മ സമൂഹത്തിന്റെ ജനറൽ സെക്രട്ടറി 2001 ഫെബ്രുവരി 26 ന്, മഹാസഭ സംസ്ഥാന പ്രസിഡന്റിന് അയച്ചു കൊടുത്ത കത്ത് SR 2/2001 ലെ പ്രസക്തഭാഗം.*

സെക്രട്ടറി ലയനപ്രഖ്യാപന സമ്മേളനം നടക്കുന്ന തിനും എത്രയോ ദിവസം മുൻപേ 2001 ഫെബ്രുവരി 26 ന് അന്നത്തെ മഹാസഭ സംസ്ഥാന പ്രസിഡന്റിന് അയച്ചുകൊടുത്തിരുന്നു. എന്നാൽ അദ്ദേഹം ഈ കത്ത് ലയനപ്രഖ്യാപനത്തിനു ശേഷവും രഹസ്യമായി സൂക്ഷിച്ചു.

"അഖില കേരള വിശ്വകർമ്മ മഹാസഭ, വിശ്വകർമ്മ സർവീസ് സൊസൈറ്റി, തമിഴ് വിശ്വകർമ്മ സമൂഹം എന്നീ മൂന്ന് സംഘടനകളുടെയും ഉന്നതാധികാര സമിതി 2001 ഫെബ്രുവരി 21 ന് കൊല്ലം യാത്രി നിവാസ് ഓഡിറ്റോറിയത്തിൽ ചേർന്ന യോഗത്തിൽ കൈകൊണ്ട തീരുമാനത്തിന്റെ അടിസ്ഥാനത്തിൽ മൂന്ന് സംഘടനകളും കൂടി ചേർന്ന് കേരള വിശ്വകർമ്മസഭ എന്ന നാമധേയം സ്വീകരിച്ചുകൊണ്ട് ഏക സംഘടനയായി പ്രവർത്തിക്കാൻ തീരുമാനിച്ചു."[11]

എന്നാൽ വിശ്വകർമ്മ സർവീസ് സൊസൈറ്റിയും തങ്ങളുടെ ഈ തീരുമാനത്തിൽ നിന്ന് പിന്നാക്കം പോയി. വി. എസ്. എസ്. ന്റെ സ്വത്തുവകകൾ മറ്റൊരു സംഘടനയ്ക്ക് കൈമാറ്റം ചെയ്യുന്നത് വിലക്കണമെന്ന് ആവശ്യപ്പെട്ട് വി. എസ്. എസ്. ന്റെ ചങ്ങനാശ്ശേരിയിലെ 89-)o നമ്പർ പെരുന്ന ശാഖയിലെ പി. എ. മണിയപ്പൻ, കെ. എ. ദേവരാജൻ, വി. എ. രവീന്ദ്രനാഥൻ ആചാരി, ബോർഡ് മെമ്പർ എം. പി. രാധാകൃഷ്ണൻ എന്നിവർ അന്നത്തെ പ്രസിഡന്റ്, ജനറൽ സെക്രട്ടറി എന്നിവർക്കെതിരെ കോട്ടയം സബ്. കോടതിയിൽ കേസ് ഫയൽ ചെയ്തു.

---

*[11] വി. എസ്. എസ്. 2001 മാർച്ച് 4 ന് പെരുന്നയിൽ ചേർന്ന ജനറൽ ബോഡി യോഗത്തിൽ അവതരിപ്പിച്ച പ്രമേയം-1 ൽ നിന്നുള്ള പ്രസക്തഭാഗം.*

ഒ. എസ്. നമ്പർ 105/2001 കേസിന്റെ ഐ. എ. 852 / 2001 കേസിൽ ഉന്നയിച്ചിരിക്കുന്ന ആവശ്യം 2001 മാർച്ച് 12 ന് കോടതി അംഗീകരിച്ച് "Hence the respondants are restrained from handing over the assets of 1st defendant, society to anybody on the basic decision dated 4-3-2001"[12] ഉത്തരവ് നൽകി.

വി. എസ്. എസ്. ന്റെ സ്ഥാവര-ജംഗമ സ്വത്തുക്കൾ മറ്റാർക്കും കൈമാറുകയില്ലെന്ന് പ്രസിഡന്റും ജനറൽ സെക്രട്ടറിയും സത്യവാങ്മൂലം "No decision is taken to hand over the assets and documents of the society to any other organization. It is assured in the general body meeting all assets including office building, furniture, temples and all other documents are owned by the V. S. S. and they will continue to enjoy their status as at present"[13] കോടതിയിൽ എഴുതി കൊടുത്ത് ആ കേസ് അവസാനിപ്പിച്ചു.

ലയന പ്രഖ്യാപന സമ്മേളനം കഴിഞ്ഞ് പിറ്റേന്ന് രാവിലെ 2001 മാർച്ച് 14 ന് വി. എസ്. എസ്. VSS /HQ/ 105/2001 നമ്പർ സർക്കുലർ പുറത്തിറക്കി.

"വിശ്വകർമ്മ മഹാസഭ കമ്പനി ആക്ട് പ്രകാരം രജിസ്റ്റർ ചെയ്ത സംഘടന ആയതിനാൽ അത് പിരിച്ചു വിടുന്ന നടപടി (liquidate) ദുഷ്കരവും വളരെ

---

*[12] കോട്ടയം പ്രിൻസിപ്പൽ സബ് കോടതിയിൽ ഫയൽ ചെയ്ത ഒ. എസ്. നമ്പർ 105/2001 കേസിന്റെ ഐ. എ 852/2001 കേസിൽ ഉന്നയിച്ചിരിക്കുന്ന ആവശ്യം അംഗീകരിച്ച് 2001 മാർച്ച് 12 ന് ഇറങ്ങിയ ഉത്തരവിന്റെ പേജ്-2 ൽ നിന്നുള്ള പ്രസക്തഭാഗം.*

*[13] ഐ. എ. 852/2001 കേസിൽ ഉന്നയിച്ചിരിക്കുന്ന ആവശ്യം അംഗീകരിച്ച കോട്ടയം പ്രിൻസിപ്പൽ സബ് കോടതിയുടെ ഉത്തരവ് റദ്ദ് ചെയ്തുകൊണ്ട് അതേ കോടതി 2002 സെപ്റ്റംബർ 18 ന് ഇറക്കിയ ഒ. എസ് 105/01 ഉത്തരവിന്റെ 24 പേജിൽ നിന്ന്.*

കാലതാമസം സാമ്പത്തിക ബുദ്ധിമുട്ടുകളും കോടതി ഇടപെടലുകളും മറ്റും വേണ്ടി വരുന്നതാണ്. അതിനാൽ അതിന്റെ ബൈലയും മറ്റു രണ്ടു സംഘടനയുടെ ബൈലകളും സമന്വയിപ്പിച്ച് ഏറ്റവും നല്ല അംശങ്ങൾ ഉൾക്കൊള്ളിച്ച് പുതിയ ബൈലോക്ക് രൂപം കൊടുക്കാൻ നിയമവിദഗ്ധർ കൂടി ഉൾപ്പെടുന്ന അഞ്ചംഗ ബൈലാ രൂപീകരണ എക്സ്പെർട്ട് കമ്മിറ്റിയേയും ചുമതലപ്പെടുത്തുന്നതാണ്. പലരും സംശയിക്കുന്നത് പോലെയും ചില പത്രവാർത്തകളിൽ കൂടി തെറ്റിദ്ധരിപ്പിച്ചത് പോലെയും എ. കെ. വി. എം. എസ്. ന്റെ രജിസ്ട്രേഷനും ബൈലോയും അതേപടി സ്വീകരിച്ചു കൊണ്ട് നിരുപാധികം മറ്റ് രണ്ട് സംഘടനകളും അതിൽ ലയിക്കുകയല്ല ചെയ്യുന്നത്."[14]

ഈ സർക്കുലർ ലയന പ്രഖ്യാപന സമ്മേളനം കഴിഞ്ഞ് ഏഴു ദിവസം കഴിഞ്ഞപ്പോൾ മഹാസഭ ജനറൽ സെക്രട്ടറി എം. വി. രാജഗോപാലിന് ലഭിച്ചു. ഏകസംഘടന ലയനത്തിന് മഹാസഭയുമായി ഉണ്ടാക്കിയ ധാരണക്കെതിരായിരുന്നു ആ സർക്കുലർ. ഏക സംഘടന ലയനവുമായി ബന്ധപ്പെട്ട് മൂന്നു സംഘടനകളുടേയും പ്രതിനിധികൾ ഉൾപ്പെട്ട് രൂപീകരിച്ച ഉന്നതാധികാര സമിതി പുതിയ സംഘടനയുടെ ബൈലോ രൂപീകരണത്തെ പറ്റി ഒരു തീരുമാനവും എടുത്തിട്ടുണ്ടായിരുന്നില്ല.

ഏക സംഘടന ലയനവുമായി ബന്ധപ്പെട്ട് മഹാസഭയുമായി ഉണ്ടാക്കിയ ധാരണയെക്കുറിച്ച് മറ്റ്

---

[14] *വിശ്വകർമ്മ സർവീസ് സൊസൈറ്റി 2001 മാർച്ച് 14 ന് പ്രസിദ്ധീകരിച്ച സർക്കുലർ No.VSS/HO/105/2001 ന്റെ പേജ്-2 ലെ സൂചന 3, 6.*

രണ്ടു സംഘടനകളുടെ സമുദായ പ്രവർത്തകർക്ക് ഉണ്ടായ ആശയക്കുഴപ്പവും അവരുടെ സംഘടനകളുടെ സ്വത്തുക്കൾ ആര് കൈകാര്യം ചെയ്യുമെന്നുള്ള സംശയവും വിശ്വകർമ്മ സർവീസ് സൊസൈറ്റിയെയും തമിഴ് വിശ്വകർമ്മ സമൂഹത്തെയും ലയനത്തിൽ നിന്ന് പിന്തിരിപ്പിക്കുകയും സ്വതന്ത്ര സംഘടനകളായി നിലനിൽക്കാൻ തീരുമാനിക്കുകയും ചെയ്തു.

എന്നാൽ ഈ തീരുമാനങ്ങൾ സ്വന്തം സമുദായ പ്രവർത്തകരിൽ നിന്നും മറച്ചുവെച്ചാണ് മഹാസഭയുടെ ചില നേതാക്കൾ ഏക സംഘടന ലയനവുമായി മുന്നോട്ടു പോയത്. സാങ്കേതികമായി മറ്റ് രണ്ട് സംഘടനകളും ലയനത്തിൽ നിന്ന് പിൻമാറിയ സ്ഥിതിക്ക് ലയന പ്രഖ്യാപന സമ്മേളനം നടത്തേണ്ട ആവശ്യമോ അഖില കേരള വിശ്വകർമ്മ മഹാസഭയുടെ പേര് കേരള വിശ്വകർമ്മ സഭയായി മാറിയെന്ന് പ്രഖ്യാപിക്കുകയോ ചെയ്യേണ്ട യാതൊരു കാര്യവുമില്ലായിരുന്നു. ഏകസംഘടന ലയന ധാരണ പരാജയപ്പെട്ടെന്ന് സ്വന്തം സമുദായ പ്രവർത്തകരെ അറിയിക്കുന്നതിനു പകരം ലയനം നടന്നെന്നും നിലവിൽ അഖില കേരള വിശ്വകർമ്മ മഹാസഭ ഇല്ലെന്നുമാണ് അവർ പ്രഖ്യാപിച്ചത്. യഥാർത്ഥത്തിൽ ഈ പ്രവർത്തി മഹാസഭയെ രണ്ടായി പിളർത്തി എന്നു വേണം കരുതാൻ.

അഖില കേരള വിശ്വകർമ്മ മഹാസഭയുടെ പ്രസിഡന്റ് ആയിരിക്കെ 2001 മാർച്ച് 13 ന് ഏക സംഘടനാ ലയന പ്രഖ്യാപന സമ്മേളനം തിരുവനന്തപുരത്ത് നടത്തി. അഖില കേരള വിശ്വകർമ്മ മഹാസഭ നിലവിലില്ലെന്നും പകരം മഹാസഭയുടെ

രജിസ്ട്രേഷൻ നമ്പർ നിലനിർത്തി കേരള വിശ്വ കർമ്മ സഭ രൂപീകരിച്ചെന്നുമുള്ള പ്രഖ്യാപനം അംഗീ കരിക്കാൻ കഴിയാതിരുന്ന മഹാസഭയിലെ എതിർ വിഭാഗം, ജനറൽ സെക്രട്ടറി എം. വി. രാജഗോപാല ന്റെ നേതൃത്വത്തിൽ അഖില കേരള വിശ്വകർമ്മ മ ഹാസഭയുടെ പേരും രജിസ്ട്രേഷനും അതേപടി നി ലനിർത്തണമെന്ന് ആവശ്യപ്പെട്ട് നിയമപരമായ നട പടികളുമായി മുന്നോട്ടുപോയി. തുടർന്ന് സമുദായ പ്രവർത്തകരിൽ ഉടലെടുത്ത ആശയക്കുഴപ്പം കീഴ്ഘടകങ്ങളിലേക്കും ബാധിച്ചു.

# 6. കോടതി വ്യവഹാരങ്ങളുടെ വഴി

## മഹാസഭയുടെ പേരുമാറ്റം: നിയമപോരാട്ടങ്ങൾ

അഖില കേരള വിശ്വകർമ്മ മഹാസഭയുടെ പേരുമാറ്റിയതും മഹാസഭയുടെ രജിസ്ട്രേഷൻ നിലനിർത്തി കേരള വിശ്വകർമ്മ സഭ രൂപീകരിച്ചതും നിയമ വിരുദ്ധമായ നടപടിയാണെന്ന് ചൂണ്ടിക്കാണിച്ച് മഹാസഭയുടെ സംസ്ഥാന പ്രസിഡന്റ്, ജനറൽ സെക്രട്ടറി, ഖജാൻജി എന്നിവർക്കെതിരെ കാർത്തികപ്പള്ളി താലൂക്കിലെ പത്തിയൂർ ശാഖാ അംഗമായ ഗോപിനാഥൻ ചെങ്ങന്നൂർ മുൻസിഫ് കോടതി മുമ്പാകെ 2001 ൽ ഫയൽ ചെയ്ത സിവിൽ കേസാണ് മഹാസഭയുടെ പേരുമാറ്റത്തിനെതിരെ ആദ്യം വന്ന കേസ്.

മഹാസഭയുടെ പേരുമാറ്റിയതും മഹാസഭയുടെ രജിസ്ട്രേഷൻ നിലനിർത്തി കേരള വിശ്വകർമ്മ സഭ രൂപീകരിച്ചതും നിയമവിരുദ്ധമായ നടപടിയാണെന്ന് ചൂണ്ടിക്കാണിച്ച് അതേ കോടതി മുൻപാകെ പി. കെ. ഗോപാലകൃഷ്ണൻ ആചാരി (ചെങ്ങന്നൂർ), കെ. വിശ്വനാഥൻ ആചാരി (തിരുവല്ല) എന്നിവരും കേസ് ഫയൽ ചെയ്തു. മഹാസഭയുടെ പേരുമാറ്റം റദ്ദാക്കണമെന്നും രജിസ്ട്രേഷൻ നിലനിർത്തണമെന്നും ആവശ്യപ്പെട്ട് മഹാസഭ ജനറൽ സെക്രട്ടറി എം. വി.

രാജഗോപാലൻ, ചെങ്ങന്നൂർ താലൂക്ക് യൂണിയൻ സെക്രട്ടറി എ. ആർ. വിജയധരൻ എന്നിവർ ചേർന്ന് പ്രസ്തുത കേരള വിശ്വകർമ്മ സഭ പ്രസിഡന്റിനെ പ്രതിയാക്കി കൊല്ലം സബ് കോടതി മുമ്പാകെ കേസ് നൽകി.

അതേസമയം അംഗീകാരമില്ലാത്ത കേരള വിശ്വ കർമ്മ സഭയുടെ ലെറ്റർ പാഡും സീലും ഉപയോഗിച്ച് അഖില കേരള വിശ്വകർമ്മ മഹാസഭയുടെ പേര് കേരള വിശ്വകർമ്മ സഭ എന്ന് ആക്കി മാറ്റുന്നതിന് കെ. വി. എസ്. പ്രസിഡന്റ് 2001 ഓഗസ്റ്റ് 21-ന് നോൺ-ട്രേഡിങ് കമ്പനി രജിസ്ട്രാർ മുമ്പാകെ അപേക്ഷ സമർപ്പിച്ചു.

“പേരുമാറ്റം നടപ്പിലാക്കുന്നതിനു മുൻപ് തന്നെ നിർദ്ദേശിക്കപ്പെട്ട പുതിയ പേരിൽ ലെറ്റർപാഡ്, സീൽ ഇവ തയ്യാറാക്കി അതിൽ അപേക്ഷിച്ചിരിക്കുന്നു. ഔദ്യോഗികമായി അംഗീകരിക്കാതെയുള്ള ഇത്തരം പ്രവർത്തികൾ അനുവദനീയമല്ല. കേരള വിശ്വകർമ്മ സഭയുടെ മുൻ പ്രസിഡന്റ്, എ. കെ. വി. എം. എസ്, വി. എസ്. എസ്, ടി. വി. എസ് മുതലായ സംഘടനകൾ ഇപ്പോഴും പ്രത്യേകം പ്രവർത്തിക്കുന്നതായും ഇവർ ലയിച്ചിട്ടില്ലെന്നും അറിയിച്ചിട്ടുണ്ട്. ഈ സാഹചര്യത്തിൽ ഐക്യകണ്ഠേന പേര് മാറ്റുന്നതിന് തീരുമാനിച്ചു എന്ന് താങ്കളുടെ പ്രസ്താവന അംഗീകരിക്കാനാവില്ല. ആയതിനാൽ സംഘടനയുടെ പേര് മാറ്റുന്നതിനുള്ള അപേക്ഷ കമ്പനി ആക്ട് -1956 ചട്ട

ങ്ങൾക്ക് വിരുദ്ധം ആകയാൽ പരിഗണിക്കാനാവില്ല എന്നറിയിക്കുന്നു."[15]

മഹാസഭയുടെ പേര് മാറ്റത്തിനുള്ള അപേക്ഷ സമർപ്പിക്കുവാൻ അദ്ദേഹത്തിന് നിയമപരമായി അവകാശം ഇല്ലാത്തതിനാൽ നോൺ-ട്രേഡിങ് കമ്പനി രജിസ്ട്രാർ 2001 ഡിസംബർ 4 ന് എൽ-2-20453/2001നമ്പർ ഉത്തരവിലൂടെ ആ അപേക്ഷ നിരസിച്ചു.

ചെങ്ങന്നൂർ മുണ്ടൻകാവ് വഞ്ചിപ്പുഴ കൊട്ടാരത്തിലെ മഹാസഭ ആസ്ഥാന മന്ദിരത്തിൽ ജനറൽ സെക്രട്ടറി ഉൾപ്പെടെ ആരുമില്ലാതിരുന്ന സമയത്ത് ഓഫീസ് മന്ദിരത്തിന്റെ താഴ് കെ. വി. എസ്. പ്രവർത്തകരുടെ നേതൃത്വത്തിൽ പൊളിച്ച് വിശ്വകർമ്മ സഭയുടെ യോഗം ചേർന്നു. തുടർന്ന് നിരവധി തവണ കേരള വിശ്വകർമ്മ സഭ പ്രവർത്തകർ ആസ്ഥാന മന്ദിരം കയ്യേറി.

അഖില കേരള വിശ്വകർമ്മ മഹാസഭയുടെ ആസ്ഥാന മന്ദിരത്തിന് എതിരെയുള്ള കൈയേറ്റ ശ്രമങ്ങൾ തടയണമെന്ന് ആവശ്യപ്പെട്ട് ജനറൽ സെക്രട്ടറി എം. വി. രാജഗോപാലൻ, ഖജാൻജി ടി. പി. കുമാരൻ ആചാരി, മഹാസഭയുടെ താൽക്കാലിക പ്രസിഡന്റ് വി. കെ. ശേഖർ എന്നിവർ ചേർന്ന് കെ. വി. എസ്. പ്രസിഡന്റ്, വിശ്വകർമ്മ സർവീസ് സൊസൈറ്റി പ്രസിഡന്റ്, ജനറൽ സെക്രട്ടറി, തമിഴ് വിശ്വ

[15] *നോൺ-ട്രേഡിങ് കമ്പനി രജിസ്ട്രാറുടെ 2001 ഡിസംബർ 4 ന് എൽ-2-20453/2001 നമ്പർ ഉത്തരവ് പേജ്-2 ൽ നിന്നുള്ള പ്രസക്ത ഭാഗം.*

കർമ്മ സമൂഹം പ്രസിഡന്റ് എന്നിവർക്കെതിരെ ഒ. എസ്. 160/2001 നമ്പറിൽ പരാതി ഫയൽ ചെയ്തു.

മേൽപ്പറഞ്ഞ കേസുകളെല്ലാം സഭയുടെ അഭിഭാഷകരുടെ കോടതി സൗകര്യമനുസരിച്ച് ആദ്യം കൊല്ലം സബ്കോടതിയിലേക്കും തുടർന്ന് മാവേലിക്കര സബ് കോടതിയിലേക്കും പിന്നീട് ചെങ്ങന്നൂർ സബ് കോടതി 2008 ൽ ആരംഭിച്ചപ്പോൾ അവിടേക്കും മാറ്റി ഫയൽ ചെയ്തു. തുടർന്ന് ഈ കേസുകളിൽ ഉന്നയിച്ചിരിക്കുന്ന ആവശ്യങ്ങളെല്ലാം സമാന സ്വഭാവമുള്ളതിനാൽ ഒരൊറ്റ കേസായി പരിഗണിച്ച് 2010 ജനുവരി 30 ന് ഒ. എസ്. 85/2008 നമ്പറിൽ സംയുക്ത വിധി പ്രഖ്യാപനം നടത്തി.

സംയുക്ത വിധിയുടെ പ്രസക്തഭാഗം ഇപ്രകാരമാണ്- “a. It is here by declared that the 1st defendant P. R. Devadas (in OS 85/08) is the President of the Akhila Kerala Vishwakarma Sabha.

b. All resolutions, including the Ext. A36 passed by the Board of Directors and the bodies under AKVMS removing the 1st defendant P. R. Devdas from the office of the President of the AKVMS are here by quashed and declared nonest.

c. The prayer for the declaration regarding the change of name of the AKVMS as ‘The Kerala Vishwakarma Sabha’ will be decided subject to the decision of the Hon'ble High court of Kerala in the matter pending for consideration.

d. The 1st defendant P. R. Devadas in (OS 85/08) is allowed to resume the office of the first plaintiff through the court if the Addl. 4th plaintiff refuses to handover it to him within 30 days from this day."[16]

സംയുക്ത വിധിയുടെ മലയാള പരിഭാഷ ഇപ്രകാരമാണ് - "1. ഒന്നാം പ്രതി പി. ആർ. ദേവദാസ് അഖില കേരള വിശ്വകർമ്മ മഹാസഭ പ്രസിഡന്റാണെന്ന് പ്രഖ്യാപിക്കുന്നു.

2. എ. കെ. വി. എം. എസ്. പ്രസിഡന്റിനെ തൽസ്ഥാനത്തു നിന്ന് നീക്കം ചെയ്തുകൊണ്ടുള്ള എല്ലാ പ്രമേയങ്ങളും നിലനിൽക്കുന്നതല്ലെന്നതു കൊണ്ടു റദ്ദു ചെയ്യുന്നു.

3. എ. കെ. വി. എം. എസ്. ന്റെ പേര് 'കേരള വിശ്വകർമ്മ സഭ' എന്ന് മാറ്റുന്നത് ഹൈക്കോടതിയുടെ നിലവിലുള്ള കേസിന്റെ വിധിയെ ആശ്രയിച്ചിരിക്കുന്നതാണ്.

4. ഈ കേസിലെ അഡീഷണൽ നാലാംവാദി. വി. കെ. ശേഖർ ഈ ഉത്തരവ് തീയതി മുതൽ 30 ദിവസത്തിനുള്ളിൽ ഓഫീസ് കൈമാറ്റം നടത്തുന്നില്ലെങ്കിൽ കോടതി വ്യവഹാരത്തിലൂടെ ഒന്നാം പ്രതിക്ക് ഒന്നാം വാദി മഹാസഭയുടെ ഓഫീസ് കൈവശപ്പെടുത്താൻ അനുവദിച്ചിരിക്കുന്നു."

ഈ ഉത്തരവ് അനുസരിച്ച് അന്ന് കേരള വിശ്വകർമ്മ സഭ പ്രസിഡന്റിന് അംഗീകാരമില്ലാത്ത വിശ്വകർമ സഭയുടെ മേൽവിലാസം ഉപേക്ഷിച്ച് അഖില കേരള വിശ്വകർമ്മ മഹാസഭയുടെ പ്രസിഡന്റ് സ്ഥാനം

---

[16] *ചെങ്ങന്നൂർ സബ് കോടതി 2010 ജനുവരി 30 ന് പുറപ്പെടുവിച്ച ഒ. എസ്. 85/2008 നമ്പർ സംയുക്ത വിധിയുടെ പേജ് 49, 50 ൽ നിന്നുള്ള പ്രസക്തഭാഗങ്ങൾ.*

ഏറ്റെടുക്കാനും തുടർന്ന് മഹാസഭാ പ്രവർത്തനങ്ങളിൽ പങ്കാളിയാകുവാനും സാധിക്കുമായിരുന്നു. അന്ന് അദ്ദേഹം അങ്ങനെ ചെയ്തിരുന്നുവെങ്കിൽ ഇന്ന് മഹാസഭ നേരിട്ടു കൊണ്ടിരിക്കുന്ന സകല അസ്ഥിരതകൾക്കും പരിഹാരം ആകുമായിരുന്നു. എന്നാൽ കേരള വിശ്വകർമസഭയെ നിലവിലുള്ളുവെന്നും താൻ അതിന്റെ പ്രസിഡന്റ് ആണെന്ന് സ്ഥാപിക്കാനുമായിരുന്നു അദ്ദേഹം ശ്രമിച്ചത്. കെ. വി. എസ്. മാത്രമേ നിലവിലുള്ളൂ എന്ന് പ്രചരിപ്പിക്കുന്നിടത്ത് അഖില കേരള വിശ്വകർമ്മ മഹാസഭയാണ് ഉള്ളതെന്ന് കോടതി പോലും തീരുമാനിക്കുന്നു.

ചെങ്ങന്നൂർ സബ് കോടതി 2010 ജനുവരി 30 ന് ഒ. എസ്.85/2008 നമ്പറിൽ പുറപ്പെടുവിച്ച സംയുക്ത വിധിക്കെതിരെ മഹാസഭ ജനറൽ സെക്രട്ടറി 2010 മാർച്ച് 8 ന് മാവേലിക്കര അഡീഷണൽ ജില്ലാ കോടതിയിൽ അപ്പീൽ പരാതി ഫയൽ ചെയ്തു.

കെ. വി. എസ്. പ്രസിഡന്റ് ആയിരിക്കെ താൻ തന്നെയാണ് അഖില കേരള വിശ്വകർമ്മ മഹാസഭയുടെ പ്രസിഡന്റും എന്ന അദ്ദേഹത്തിന്റെ അവകാശവാദത്തെ എതിർത്തു കൊണ്ടായിരുന്നു അപ്പീൽ. കോടതി ഈ അപ്പീൽ തള്ളിക്കളഞ്ഞു. ഇതിനെതിരെ ഫയൽ ചെയ്ത മറ്റു അപ്പീലുകൾ എ. എസ്. നമ്പർ 37/2010, 38/2010, 40/2010 എന്നിവയാണ്. തുടർന്ന് ഈ കേസ് ഏറ്റെടുത്തു നടത്താൻ മുന്നോട്ടുവന്നവർ ക്രമേണ കേസ് നടത്തിപ്പിൽ കാണിച്ച വിമുഖത കൊണ്ട് കേസ് പരാജയപ്പെട്ടു.

## മഹാസഭയുടെ പേര് മാറ്റം: സർക്കാർ ഇടപെടലും നിയമ പോരാട്ടങ്ങളും

കേരള വിശ്വകർമ്മസഭ യോഗങ്ങൾ ചേർന്ന് അഖില കേരള വിശ്വകർമ്മ മഹാസഭയുടെ പേരു മാറ്റത്തിനുള്ള പ്രമേയങ്ങൾ പാസാക്കി സഭയുടെ പേരു മാറ്റത്തിനുള്ള അപേക്ഷകൾ രജിസ്ട്രാർക്കും വകുപ്പ് മന്ത്രിക്കും മുഖ്യമന്ത്രിക്കും മഹാസഭയുടെ വ്യാജേന കെ. വി. എസ്. നൽകി. എന്നാൽ മഹാസഭയുടെ പേരും രജിസ്ട്രേഷൻ അതേപടി നിലനിർത്തണമെന്ന് ആഗ്രഹിക്കുന്ന ജനറൽ സെക്രട്ടറിയെയും അദ്ദേഹത്തെ അനുകൂലിക്കുന്ന ഒരു വലിയ വിഭാഗം സമുദായ പ്രവർത്തകരെയും അറിയിക്കാതെയുമായിരുന്നു കെ. വി. എസ്. ന്റെ ഈ പ്രവർത്തി.

പേരുമാറ്റം സംബന്ധിച്ച അപേക്ഷ സ്വീകരിച്ച് വളരെ തിടുക്കത്തിൽ രജിസ്ട്രേഷൻ വകുപ്പ് സംഘടനയുടെ പേരുമാറ്റം അംഗീകരിച്ചുകൊണ്ട് രജിസ്ട്രേഷൻ പ്രിൻസിപ്പൽ സെക്രട്ടറി 2002 ഏപ്രിൽ 17 നു 1107/ഇ2/2002/റ്റി. ഡി നമ്പർ ഉത്തരവിറക്കി.

"In the representation cited the President Akhila Kerala Vishwakarma Mahasabha (Regd. No. 38 dated 19.4.1123) has requested the government to permit them for the change of the name of Akhila Kerala Vishwakarma Mahasabha as Kerala Vishwakarma sabha. Government have examined the matter and are pleased to inform you that your request for change of the name of your organisation Mahasabha has been approved."[17]

ഈ സർക്കാർ ഉത്തരവിനെ അടിസ്ഥാനപ്പെടുത്തി നോൺ-ട്രേഡിങ് കമ്പനി രജിസ്ട്രാർ 2002 ഏപ്രിൽ 18 ന് അഖില കേരള വിശ്വകർമ്മ മഹാസഭയുടെ പേര് കേരള വിശ്വകർമ്മ സഭ എന്നാക്കി മാറ്റിക്കൊണ്ട് എൽ2-20453/2001 നമ്പർ[18] ഉത്തരവിറക്കി.

അഖില കേരള വിശ്വകർമ്മ മഹാസഭയുടെ പേര് കേരള വിശ്വകർമ്മ സഭ എന്ന് ആക്കി മാറ്റിയ സർക്കാർ ഉത്തരവും നോൺ-ട്രേഡിങ് കമ്പനി രജിസ്ട്രാറുടെ ഉത്തരവും റദ്ദ് ചെയ്തു കിട്ടുന്നതിനു വേണ്ടി മഹാസഭ ജനറൽ സെക്രട്ടറി ഹൈക്കോടതിയെ സമീപിച്ചു. തുടർന്ന് പ്രസ്തുത ഉത്തരവുകൾ റദ്ദ് ചെയ്തു കൊണ്ട് ഹൈക്കോടതി സിംഗിൾ ബെഞ്ച് 2003 മാർച്ച് 21 ന് ഒ. പി. നം: 12776/2002[19] ഹൈക്കോടതി സിംഗിൾ ബെഞ്ച് ഉത്തരവിട്ടു.

പ്രസ്തുത ഉത്തരവിൽ വാദി, പ്രതി, തൽപരകക്ഷികൾ എന്നിവരെ കേട്ട് പേരുമാറ്റം സംബന്ധിച്ച് ഉചിതമായ തീരുമാനമെടുക്കാൻ നോൺ-ട്രേഡിങ് കമ്പനി രജിസ്ട്രാർക്ക് നിർദ്ദേശം നൽകുകയും ചെയ്തു. എന്നാൽ ഈ ഉത്തരവിനെതിരെ കെ. വി. എസ് പ്രസിഡന്റ് റിട്ട് അപ്പീൽ ഫയൽ ചെയ്തു.

---

*[17] രജിസ്ട്രേഷൻ വകുപ്പ് സംഘടനയുടെ പേരുമാറ്റം അംഗീകരിച്ചു കൊണ്ട് 2002 ഏപ്രിൽ 17 ന് പുറപ്പെടുവിച്ച 1107/ഇ2/2002/റ്റി. ഡി നമ്പർ ഉത്തരവ്.*

*[18] നോൺ-ട്രേഡിങ് കമ്പനി രജിസ്ട്രാർ 2002 ഏപ്രിൽ 18 ന് പുറപ്പെടുവിച്ച എൽ 2-20453/2001 നമ്പർ ഉത്തരവ്.*

*[19] ഹൈക്കോടതി സിംഗിൾ ബെഞ്ച് 2003 മാർച്ച് 21 ന് പുറപ്പെടുവിച്ച ഒ. പി. നം: 12776/2002 ഉത്തരവ് പേജ്-6.*

മഹാസഭയുടെ പേരുമാറ്റം സംബന്ധിച്ച സർക്കാർ ഉത്തരവ് റദ്ദുചെയ്തു കൊണ്ട് വാദി, പ്രതി, തൽപര കക്ഷികളെ കേട്ട് പേരുമാറ്റം സംബന്ധിച്ച് ഉചിതമായ തീരുമാനമെടുത്ത് ഉത്തരവിറക്കാൻ നോൺ-ട്രേഡിങ് കമ്പനി രജിസ്ട്രാർക്ക് നിർദേശം നൽകി കൊണ്ട് ഹൈക്കോടതി ഡിവിഷൻ ബെഞ്ച് 2006 മാർച്ച് 9 ന് റിട്ട് അപ്പീൽ നം: 618/2003(ബി) ഉത്തരവിറക്കി.

"Registrar is directed to hear the appellant, petitioners and other interested parties and pass fresh order on the application for the change of name as if the application is filed as per law. The Registrar should decide the matter and untrammelled by the observations of the learned Single Judge. Fresh order should be passed within 3 months from the date of receipt of a copy of this judgement."[20]

ഹൈക്കോടതി ഡിവിഷൻ ബെഞ്ചിന്റെ ഈ ഉത്തരവ് പ്രകാരം നോൺ-ട്രേഡിങ് കമ്പനി രജിസ്ട്രാർ മഹാസഭയുടെ പേരുമാറ്റം സംബന്ധിച്ച് ലഭിച്ച അപേക്ഷയിൽ വാദി, പ്രതി, തൽപ്പര കക്ഷികൾക്ക് പറയാനുള്ള കാര്യങ്ങൾ കേൾക്കുകയും സമർപ്പിച്ച രേഖകൾ പരിശോധിക്കുകയും ചെയ്തു.

2006 മെയ് 16 ന് രജിസ്ട്രാർ പുറത്തിറക്കിയ എൽ. 2-20453/01 നമ്പർ ഉത്തരവിൽ ഇപ്രകാരം "1123 ൽ 38-)ം നമ്പർ ആയി രജിസ്റ്റർ ചെയ്തു പ്രവർത്തിച്ചു വരുന്ന അഖില കേരള വിശ്വകർമ്മ മഹാസഭയുടെ

---

[20] *ഹൈക്കോടതി ഡിവിഷൻ ബെഞ്ച് 2006 മാർച്ച് 9 ന് പുറപ്പെടുവിച്ച റിട്ട് അപ്പീൽ നം: 618/2003 (ബി) ഉത്തരവ് പേജ് -5 ൽ നിന്നുള്ള പ്രസക്ത ഭാഗങ്ങൾ.*

പേര് കേരള വിശ്വകർമ്മ സഭ എന്നു മാറ്റുന്നതിന് സഭയുടെ പ്രസിഡന്റ് ശ്രീ. പി. ആർ. ദേവദാസ് സമർപ്പിച്ച 22/03/06 ലെ അപേക്ഷ 1956 ലെ കമ്പ നീസ് ആക്ടിലെ 189(2), അഖില കേരള വിശ്വകർമ്മ മഹാസഭ നിയമാവലി 55, 57 വകുപ്പുകൾ പ്രകാരം ക്രമവിരുദ്ധമായതിനാൽ നിരസിച്ചുകൊണ്ട് ഇതി നാൽ ഉത്തരവാകുന്നു... പേരുമാറ്റം ആവശ്യമാണെ ന്ന് തോന്നുന്ന പക്ഷം 1961 ലെ നോൺ-ട്രേഡിങ് കമ്പനീസ് ആക്ട്, 1956ലെ കമ്പനീസ് ആക്ട്, അഖില കേരള വിശ്വകർമ്മ മഹാസഭയുടെ നിയമാവലി എന്നിവയിലെ പ്രസക്ത വകുപ്പുകൾക്ക് വിധേ യമായി അപേക്ഷ സമർപ്പിക്കാൻ നിർദ്ദേശി ക്കുന്നു."[21] രേഖപെടുത്തിയിട്ടുണ്ട്.

ആവശ്യമെങ്കിൽ മഹാസഭയുടെ പേരുമാറ്റത്തിന് വീണ്ടും നിയമപരമായി അപേക്ഷ നൽകാം എന്ന രജിസ്ട്രാറുടെ ഉത്തരവിലെ പഴുത് ഉപയോഗിച്ച് എ. കെ. വി. എം. എസ്. പ്രസിഡന്റിന്റെ പേരിൽ കെ. വി. എസ്. പ്രസിഡന്റ് വീണ്ടും മഹാസഭയുടെ പേരു മാറ്റത്തിന് 2006 മെയ് 25 ന് അപേക്ഷ നൽകി. സർ ക്കാർ സർവീസിൽ നിന്ന് വിരമിക്കാൻ ഒറ്റ ദിവസം മാത്രം ബാക്കി നിൽക്കേ അന്നത്തെ നോൺ-ട്രേ ഡിങ് കമ്പനി രജിസ്ട്രാർ അദ്ദേഹത്തിന്റെ അപേ ക്ഷ അംഗീകരിച്ചിരിക്കുന്നതായി 2006 മെയ് 30 ന് ഉത്തരവിറക്കി.[22]

---

[21] *2006 മെയ് 16 ന് റെജിസ്ട്രാർ പുറത്തിറക്കിയ എൽ. 2-20453/01 നമ്പർ ഉത്തരവ് പേജ്-3 ൽ നിന്നുള്ള പ്രസക്ത ഭാഗങ്ങൾ.*

[22] *നോൺ-ട്രേഡിങ് കമ്പനി രജിസ്ട്രാർ 2006 മെയ് 30 ന് പുറത്തിറക്കിയ ഉത്തരവ്.*

ഉത്തരവ് നിയമ വിരുദ്ധമാണെന്ന് ചൂണ്ടിക്കാണിച്ച് മഹാസഭ ജനറൽ സെക്രട്ടറി എം. വി. രാജഗോപാലനും താൽക്കാലിക പ്രസിഡന്റ് വി. കെ. ശേഖറും ചേർന്ന് ഹൈക്കോടതിയിൽ റിട്ട് പെറ്റീഷൻ 18648/2006 നൽകി. നോൺ-ട്രേഡിങ് കമ്പനി രജിസ്ട്രാറുടെ ഉത്തരവ് നടപ്പാക്കുന്നത് താൽക്കാലികമായി തടഞ്ഞുകൊണ്ട് ഹൈക്കോടതി 2006 ജൂലൈ 17 ന് സ്റ്റേ[23] അനുവദിച്ചു.

ഒരേ നമ്പറിൽ രണ്ട് സംഘടനകൾ പ്രവർത്തിക്കുന്നത് തടയണമെന്നാവശ്യപ്പെട്ട് എറണാകുളത്തെ മഹാസഭ പ്രവർത്തകൻ വി. വി. ഗോപി 2009 ജനുവരി 12ന് ഹൈക്കോടതിയിൽ മറ്റൊരു റിട്ട് പെറ്റീഷൻ 1135/2009[24] ഫയൽ ചെയ്തിരുന്നു. ബന്ധപ്പെട്ട വിഷയത്തെ സംബന്ധിച്ച് ഉചിതമായ നടപടികൾ സ്വീകരിക്കുന്നതിന് അഖില കേരള വിശ്വകർമ്മ മഹാസഭ പ്രതിനിധി വി. കെ. ശേഖർ, കേരള വിശ്വകർമ്മ സഭ പ്രതിനിധി എന്നിവർക്ക് നിർദ്ദേശം നൽകി കൊണ്ട് ഹൈക്കോടതി ഉത്തരവു നൽകി.

മേൽപ്പറഞ്ഞ രണ്ടു ഉത്തരവുകൾ റദ്ദ് ചെയ്യുന്നതിനൊപ്പം ബന്ധപ്പെട്ട വിഷയുമായി സംബന്ധിച്ച് എല്ലാ വാദി, പ്രതി, തൽപര കക്ഷികളെയും നേരിട്ട് കേട്ട് ഉചിതമായ നടപടിയെടുക്കുന്നതിന് നോൺ-ട്രേഡിങ് കമ്പനി രജിസ്ട്രാർക്ക് നിർദേശം നൽകിക്കൊണ്ട് 2016 ഫെബ്രുവരി 9 ന് ഹൈക്കോടതി റിട്ട് പെറ്റിഷൻ 18648/2006ന് ഉത്തരവു നൽകി.

---

*[23] നോൺ ട്രേഡിങ് കമ്പനി രജിസ്ട്രാറുടെ ഉത്തരവ് നടപ്പാക്കുന്നത് താൽക്കാലികമായി തടഞ്ഞുകൊണ്ട് ഹൈക്കോടതി 2006 ജൂലൈ 17 ന് ഇറക്കിയ സ്റ്റേ ഉത്തരവ്.*

*[24] വി. വി. ഗോപി 2009 ജനുവരി 12 ന് ഹൈക്കോടതിയിൽ കൊടുത്ത റിട്ട് പെറ്റീഷനുള്ള ഉത്തരവ് 1135/2009.*

“The matter is remitted back to the Registrar of Non-trading Companies after hearing the petitioners and all other interested parties, including the party respondents in both the writ petitions. Needful shall be done within a period of three months from the date of receipt of a copy of this judgement.”[25]

ഹൈക്കോടതിയുടെ റിട്ട് പെറ്റിഷൻ ഉത്തരവ് പ്രകാരം നോൺ-ട്രേഡിങ് കമ്പനി രജിസ്ട്രാർ മഹാസഭയുടെ പേരുമാറ്റം സംബന്ധിച്ച് ബന്ധപ്പെട്ട എല്ലാ വാദി, പ്രതി, തൽപര കക്ഷികളെയും 2016 ജൂൺ 15 ന് തിരുവനന്തപുരത്ത് നോൺ-ട്രേഡിങ് കമ്പനി രജിസ്ട്രാർ ഓഫീസിൽ വെച്ച് നേരിട്ട് കാണുകയുണ്ടായി: രേഖകൾ പരിശോധിച്ചു. അതിൻപ്രകാരം 2016 ഓഗസ്റ്റ് 23 ന് നോൺ-ട്രേഡിങ് കമ്പനി രജിസ്ട്രാർ പുറത്തിറക്കിയ എൽ. 2-20453/01 ഉത്തരവിൽ ഇപ്രകാരം പറയുന്നു-

“അഖില കേരള വിശ്വകർമ്മ മഹാസഭ എന്ന കമ്പനിയുടെ നിയമാവലിയിലെ 47 വകുപ്പു പ്രകാരം പൊതുയോഗങ്ങളും ബോർഡ് യോഗങ്ങളും കൗൺസിൽ യോഗങ്ങളും വിളിച്ചു കൂട്ടേണ്ടത് ജനറൽ സെക്രട്ടറിയാണ്. എന്നാൽ ശ്രീ ദേവദാസ് സമർപ്പിച്ച ഡയറക്ടർ-ബോർഡ്, കൗൺസിൽ യോഗങ്ങൾക്കുള്ള നോട്ടീസുകളിൽ ജനറൽ സെക്രട്ടറി എം. വി. രാജഗോപാലൻ ഒപ്പിട്ടിട്ടില്ല. മാത്രമല്ല കൗൺസിൽ, ഡയറക്ടർ-ബോർഡ്, ജനറൽ ബോഡി യോഗങ്ങൾ താൻ വിളിച്ചു ചേർക്കുകയോ, തന്നെ അറിയിക്കുക

---

*[25] മഹാസഭ ജനറൽ സെക്രട്ടറി എം. വി. രാജഗോപാലനും താൽക്കാലിക പ്രസിഡന്റ് വി. കെ. ശേഖറും ചേർന്ന് ഹൈക്കോടതിയിൽ നൽകിയ റിട്ട് പെറ്റീഷൻ 18648/2006 ന് 2016 ഫെബ്രുവരി 9 ൽ ഇറങ്ങിയ ഉത്തരവിന്റെ പേജ്-2, 3 ൽ നിന്നുള്ള പ്രസക്ത ഭാഗങ്ങൾ.*

യോ താൻ പങ്കെടുക്കുകയോ ചെയ്തിട്ടില്ലെന്ന് എം. വി. രാജഗോപാലൻ ഹിയറിങ് വേളയിൽ വിശദീകരിച്ചിട്ടുണ്ട്.

ഹൈക്കോടതി റിട്ട് പെറ്റീഷൻ (സി) നം. 18648/2006 ലെ ഐ. എ. നം. 3590/16 ലെ 31/05/2016 ലെ ഉത്തരവിനെതിരെ കെ. വി. എസ്. പ്രസിഡന്റ് നൽകിയ റിവ്യൂ ഹർജിയിൽ തന്നെ ഇപ്രകാരം പ്രസ്താവിച്ചിരിക്കുന്നു- "It is submitted that no election of Akhila Kerala Vishwakarmma Mahasabha is duly conducted after 19/03/2000" അതുകൊണ്ട് നിയമപരമായി അഖില കേരള വിശ്വകർമ്മ മഹാസഭയുടെ ജനറൽ സെക്രട്ടറി അല്ലാത്ത ഒരാൾ വിളിച്ചുചേർത്ത കൗൺസിൽ, ഡയറക്ടർ ബോർഡ് യോഗങ്ങൾ നിയമാനുസൃതം അല്ല എന്ന് കാണുന്നു.

മേൽപ്പറഞ്ഞ കാരണങ്ങളാൽ 1956 ലെ കമ്പനി നിയമം 189 (2) എ വകുപ്പിനും കമ്പനിയുടെ നിയമാവലിയുടെ 55, 57 വകുപ്പുകൾക്കും അനുസൃതമല്ലാത്തതിനാൽ കമ്പനിയുടെ പേരുമാറ്റം സംബന്ധിച്ച് വിശേഷാൽ പ്രമേയം (Special Resolution) നിയമപരമായി നിലനിൽക്കാത്തതാണ്. അതിനാൽ പ്രസ്തുത പ്രമേയത്തിന്റെ അടിസ്ഥാനത്തിൽ കമ്പനിയുടെ പേരുമാറ്റത്തിനായി ശ്രീ. പി. ആർ. ദേവദാസ് സമർപ്പിച്ച 25/05/2006 തീയതിയിലെ അപേക്ഷയും അദ്ദേഹം തന്നെ 22/03/2006 ൽ ഈ ആഫീസിൽ സമർപ്പിച്ച (തീയതി രേഖപ്പെടുത്താത്ത) പേരുമാറ്റ

ത്തിനുള്ള അപേക്ഷയും നിയമാനുസൃതമല്ലാത്ത തിനാൽ ഇതിനാൽ നിരസിച്ച് ഉത്തരവാകുന്നു".[26]

ഈ ഉത്തരവ് റദ്ദ് ചെയ്യുന്നതിനു വേണ്ടി കെ. വി. എസ്. പ്രസിഡന്റ് 2016 സെപ്റ്റംബർ 6 ന് ഹൈക്കോടതിയിൽ റിട്ട് പെറ്റീഷൻ നം. 29439/2016 ഫയൽ ചെയ്തിരിക്കുന്നു. അതിന്മേൽ ഇതുവരെ (2022 ജൂൺ) തീരുമാനങ്ങളൊന്നും കോടതി സ്വീകരിച്ചിട്ടില്ല.

## മാവേലിക്കര സംസ്ഥാന വാർഷിക പ്രതിനിധി സമ്മേളനവും നിയമ പോരാട്ടങ്ങളും

അഖില കേരള വിശ്വകർമ്മ മഹാസഭ ജനറൽ സെക്രട്ടറി 2014 ഏപ്രിൽ 20 ന് മാവേലിക്കരയിൽ സഭയുടെ സംസ്ഥാന വാർഷിക പ്രതിനിധി സമ്മേളനം വിളിച്ചു ചേർത്തു. യോഗത്തിന്റെ അജണ്ടയിൽ 'ഭാരവാഹികളുടെ പുന:സംഘടന'[27] എന്ന് കൊടുത്തിരുന്നു.

യോഗം നടക്കുന്നതിന്റെ തലേദിവസം പ്രതിനിധി സമ്മേളനം സ്വാഗത സംഘം ജനറൽ കൺവീനർ 2014 ഏപ്രിൽ 19 ന് ആലപ്പുഴ അവധി കോടതിയിൽ ഒരു കാവിയറ്റ് നൽകി. ജനറൽ ബോഡി നടക്കുന്നത് അറിഞ്ഞാൽ അത് തടയാൻ കെ. വി. എസ്.

---

[26] *നോൺ-ട്രേഡിങ് കമ്പനി രജിസ്ട്രാർ 2016 ഓഗസ്റ്റ് 23 ന് പുറത്തിറക്കിയ എൽ. 2-20453/01 ഉത്തരവ് പേജ്-4, 5 ൽ നിന്നുള്ള പ്രസക്തഭാഗങ്ങൾ.*

[27] *2014 ഏപ്രിൽ 20 ന് മാവേലിക്കരയിൽ ചേർന്ന സംസ്ഥാന വാർഷിക പ്രതിനിധി സമ്മേളനം അജണ്ട പേജ് 4.*

പ്രസിഡന്റ് ശ്രമിക്കുമെന്നും അദ്ദേഹത്തിന്റെ ഭാഗത്തുനിന്ന് അത്തരത്തിലൊരു നിയമ നടപടി ഉണ്ടായാൽ തങ്ങളുടെ ഭാഗം കൂടി കേട്ടതിനു ശേഷം മാത്രമേ ഒരു തീരുമാനം എടുക്കാവൂ എന്ന് മുൻകൂറായി കോടതിയോട് അപേക്ഷിക്കുന്ന കാവിയേറ്റ് ആയിരുന്നു അത്. കാവിയേറ്റിൽ 'തെരഞ്ഞെടുപ്പ് ഇല്ലാത്ത വാർഷിക പൊതുയോഗം' എന്നാണ് രേഖപ്പെടുത്തികൊടുത്തത്.

"Now the petitioner is conducting annual meeting without the election of office bearors on 20/04/2014 at Town Hall Mavelikara. There  is every chances of respondants trying to withhold meeting proposed to be conducted on 20 April 2014.

It is reliably learn that the respondants are taking hasty steps to get an injunction restraining the petitioner from conducting the proposed annual meeting of 20/ 04/2014.

In the above circumstances this court may be pleased to issue the notice the petitioner before granting any interim relief on the interlocutary application to be filed by the respondants in the original suit to be instituted.

Hence it is most humbly and respectfully prayed that this Hon'ble court may sent notice to the caveat petitioner and the caveat petitioner may also be heard before passing an order in the suit which may be instituted by the opposite parties against the Caveators."[28]

ആലപ്പുഴ അവധി കോടതിയിൽ ഇത്തരത്തിലൊരു കവിയേറ്റ് ഫയൽ ചെയ്യണമെന്ന് മഹാസഭ ഡയറക്ടർ ബോർഡ് തീരുമാനം എടുത്തിരുന്നെങ്കിലും സംസ്ഥാന വാർഷിക പ്രതിനിധി സമ്മേളനം നോട്ടീസിലെ അജണ്ട 'ഭാരവാഹികളുടെ പുനസംഘടന' എന്നതിനു വിരുദ്ധമായി 'തെരഞ്ഞെടുപ്പ് ഇല്ലാത്ത വാർഷിക പൊതുയോഗം' എന്ന് കാവിയേറ്റിൽ രേഖപ്പെടുത്തിയത് ജനറൽ സെക്രട്ടറിയുടെ അറിവോ സമ്മതമോ ഇല്ലാതെയാണ്.

എന്നാൽ ഇതിനെല്ലാം വിരുദ്ധമായി 2014 ഏപ്രിൽ 20 ന് സംസ്ഥാന വാർഷിക പ്രതിനിധി സമ്മേളനം കൂടിയപ്പോൾ ജനറൽ സെക്രട്ടറി ഉൾപ്പെടെയുള്ള ഭാരവാഹികളെ മാറ്റിനിർത്തിക്കൊണ്ട് പ്രതിനിധി സമ്മേളനം സ്വാഗത സംഘം ജനറൽ കൺവീനർ പുതിയ ഭരണസമിതി അംഗങ്ങളുടെ പേര് അപ്രതീക്ഷിതമായി ഉറക്കെ പ്രഖ്യാപിക്കുകയാണ് ചെയ്തത്. പ്രസിഡന്റായി എം. സുകുമാരൻ ആചാരിയെയും (തിരുവനന്തപുരം), ജനറൽ സെക്രട്ടറിയായി കെ. വിജയൻ ഈരെഴയെയും (മാവേലിക്കര) ഖജാൻജിയായി എസ്. ഓമനക്കുട്ടനെയും (അടൂർ) ഉൾപ്പടെ മറ്റു ഭരണസമിതി അംഗങ്ങളെയും തെരഞ്ഞെടുത്തതായി പ്രഖ്യാപിച്ചു. കഥയറിയാതെ

---

[28] *സംസ്ഥാന വാർഷിക പ്രതിനിധി സമ്മേളനം സ്വാഗതസംഘം ജനറൽ കൺവീനർ 2014 ഏപ്രിൽ 19 ന് ആലപ്പുഴ അവധി കോടതിയിൽ നൽകിയ കവിയേറ്റിൽ നിന്ന് യഥാക്രമം 2,3,6,8 ഖണ്ഡികകളിലെ സൂചനകൾ.*

ആട്ടം കണ്ടിരുന്ന സമുദായ പ്രവർത്തകർ കയ്യടിച്ചു അംഗീകരിച്ചു.

മഹാസഭ ജനറൽ സെക്രട്ടറി എം. വി. രാജഗോപാലൻ ഉൾപ്പെടെ നിയമപരമായി തെരഞ്ഞെടുക്കപ്പെട്ട ഭാരവാഹികളെ പൂർണ്ണമായും മഹാസഭയുടെ പ്രവർത്തനങ്ങളിൽ നിന്ന് മാറ്റിനിർത്താൻ വേണ്ടി വളരെ രഹസ്യമായി ആസൂത്രണം ചെയ്ത നടപടിയായിരുന്നു അന്ന് നടന്നത്. എന്നാൽ പുതിയ ഭാരവാഹികളെ തെരഞ്ഞെടുത്ത രീതി മഹാസഭയുടെ നിയമാവലിക്ക് എതിരെയും നിയമ വിരുദ്ധവുമാണ്. നിയമപരമായി തെരഞ്ഞെടുക്കപ്പെട്ട ജനറൽ സെക്രട്ടറിയെ സഭാ നേതൃത്വത്തിൽനിന്നും മാറ്റിനിർത്തുന്നത് സഭയെ ദോഷകരമായി ബാധിക്കുമെന്ന് മഹാസഭയുടെ അന്നത്തെ അഭിഭാഷകൻ നിയമോപദേശം നൽകിയിട്ടുള്ളതാണ്. എന്നാൽ ഈ നിർദേശം തള്ളിക്കളഞ്ഞുകൊണ്ടാണ് 2014 ൽ ഇവർ സഭയുടെ അധികാരവും രേഖകളും പിടിച്ചെടുത്തത്.

മാവേലിക്കര ചേർന്ന സംസ്ഥാന വാർഷിക പ്രതിനിധി സമ്മേളനത്തിൽ നിയമപരം അല്ലാതെ നടത്തിയ തെരഞ്ഞെടുപ്പ് റദ്ദ് ചെയ്യണമെന്ന് ആവശ്യപ്പെട്ട് മഹാസഭയുടെ ബോർഡ് മെമ്പറായ വി. എൻ. മനോഹരൻ (കോട്ടയം) കോട്ടയം യൂണിയൻ കമ്മിറ്റിയുടെ നിർദേശപ്രകാരം ചെങ്ങന്നൂർ മുൻസിഫ് കോടതിയിൽ കേസ് ഫയൽ ചെയ്തു. ഒ. എസ്. നം: 246/2014 കേസിന്റെ ഐ. എ. നം: 1027/2014 കേസിൽ തെരഞ്ഞെടുപ്പ് റദ്ദാക്കണമെന്ന് ആവശ്യം കോടതി തള്ളിക്കളഞ്ഞു. ഇതിനെതിരെ ചെങ്ങന്നൂർ സബ് കോടതിയിൽ 2015 ഡിസംബർ 19 ന് ഫ

യൽ ചെയ്ത സി. എം. എ. 8/2015 അപ്പീൽ കേസി ന്റെ വിധി 2017 ഫെബ്രുവരി 27 ന് വന്നു. വിധിയു ടെ പ്രസക്ത ഭാഗങ്ങളുടെ മലയാള പരിഭാഷ ഇപ്ര കാരമാണ്-

"മഹാസഭയുടെ ഔദ്യോഗിക ഭാരവാഹികൾ എന്ന വകാശപ്പെടുന്ന എം. സുകുമാരൻ ആചാരി, കെ. വിജയൻ ഉൾപ്പെടെ പ്രതികളായ ഏഴുപേരെ വിശ്വ കർമ്മ മഹാസഭയുടെ ഔദ്യോഗിക ഭാരവാഹികൾ ആയി പ്രവർത്തിക്കുന്നതും, സഭയെ പ്രതിനിധീക രിക്കുന്നതും സഭയുടെ ഭരണനിർവഹണം നടത്തു ന്നതും നിരോധിച്ചുകൊണ്ടും ഒറിജിനൽ കേസ് ഒ. എസ്. നം. 246/14 ലെ രണ്ടാം പ്രതി പ്രസിഡന്റ് വി. കെ. ശേഖർ മൂന്നാം പ്രതി ജനറൽ സെക്രട്ടറി എം. വി. രാജഗോപാലൻ എന്നിവർ ചേർന്ന് അഖില കേരള വിശ്വകർമ്മ മഹാസഭയുടെ ഭരണ നിർവഹ ണം നടത്തുന്നതിനെ മേല്പറഞ്ഞ പ്രതികൾ എതിർ ക്കുന്നു എങ്കിൽ കേസ് തീരുന്നതുവരെ സ്ഥിരം നിരോധന ഉത്തരവിലൂടെ പ്രതികളെ നിരോധിച്ചു കൊണ്ട് അപ്പീൽ അനുവദിച്ചു."

“Ext. A1 is improper to conduct an election General Body. As such the election of D4 to 10, in such a meeting is to be termed as illegal and improper. So the plaintiffs have got a prima facie case and the view taken by the lower court to the contrary cannot be approved.

Regarding the irreparable loss and injury, it is made out that even though the defendants intended to conduct an election General Body, they failed to issue a proper notice to make the members aware that the new office bearers will be elected. So it is need less to say that the plaintiffs and other members were deprived of their right to know that an election in general body is scheduled to be held on 20/04/2014.

The respondants 1 to 7 (D4 to 10) are restrained the from acting as the office bearers of the 1st defendant, from discharging their duties as the office bearers of the Sabha, representing the Sabha, conducting its administration, operating the bank accounts and to deal with its properties and from causing obstruction to the administration of Akhila Kerala Vishwakarma Mahasabha by the Defendants No. 2 and 3 through a permanent prohibitory injection till the disposal of the suit."[29]

എന്നാൽ ഈ ഉത്തരവിനെതിരെ കേസിലെ എല്ലാ പ്രതികളും ഹൈക്കോടതിയിൽ നിന്നും ഒ. പി. (സി) നം: 970/2017 സ്റ്റേ[30] ഉത്തരവ് വാങ്ങിയിരുന്നു. അതിന്റെ ആറുമാസ കാലാവധി എന്നേകഴിഞ്ഞിരുന്നു.

മാവേലിക്കര സംസ്ഥാന വാർഷിക പ്രതിനിധി സമ്മേളനം നിയമപരമായി അല്ലാതെ തെരഞ്ഞെടുത്ത ഭരണസമിതി അംഗങ്ങൾ മഹാസഭയുടെ ഭരണനിർവ്വഹണം നടത്തുന്നതിന് നിരോധിച്ചുകൊണ്ട് ചെങ്ങന്നൂർ മുൻസിഫ് കോടതി ഒ. എസ്. നം. 246/2014 ഉത്തരവിട്ടു. ഈ ഉത്തരവ് മരവിപ്പിക്കുന്നതിനായി പ്രസ്തുത ഭരണസമിതി അംഗങ്ങൾ അതേ കോടതിയിൽ റിവ്യൂ പെറ്റീഷൻ

---

[29] *ചെങ്ങന്നൂർ സബ് കോടതിയിൽ 2015 ഡിസംബർ 19 ന് ഫയൽ ചെയ്ത സി. എം. എ. 8/2015 അപ്പീൽ കേസിന്റെ വിധി പേജ് 8, 9 ൽ നിന്നുള്ള പ്രസക്ത ഭാഗങ്ങൾ*

[30] *ഒ. പി. (സി) നം: 970/2017 സ്റ്റേ ഉത്തരവ്.*

ഫയൽ ചെയ്തു. പരാതിയിൽ ഉന്നയിച്ച ആവശ്യം അംഗീകരിച്ചു കൊണ്ട് 2019 ഒക്ടോബർ 9 ന് ഇറക്കിയ ഉത്തരവ്[31] മരവിപ്പിച്ചു. ഇതിനെതിരേ വി. എൻ. മനോഹരൻ ചെങ്ങന്നൂർ സബ് കോടതിയിൽ അപ്പീൽ എ. എസ്. നം. 4/2019 ഫയൽ ചെയ്തു. ഈ കേസുകൾ നടത്തുവാനുള്ള തുക മഹാസഭ കോട്ടയം യൂണിയനാണ് ചെലവഴിക്കുന്നത്.

## മഹാസഭയുടെ പ്രസിദ്ധീകരണങ്ങളുടെ അച്ചടി: നിയമപോരാട്ടങ്ങൾ

അഖില കേരള വിശ്വകർമ്മ മഹാസഭക്കുവേണ്ടി ജനറൽ സെക്രട്ടറിയായി പ്രവർത്തിക്കുന്നതിൽ നിന്നും പ്രസിദ്ധീകരണങ്ങൾ അച്ചടിച്ചു വിതരണം ചെയ്യുന്നതിൽ നിന്നും എം. വി. രാജഗോപാലിനെ നിരോധിക്കണമെന്നാവശ്യപ്പെട്ട് മാവേലിക്കര ജന റൽ ബോഡിയിൽ നിയമപരമായ അല്ലാതെ തെര ഞ്ഞെടുത്ത ഭരണസമിതി അംഗങ്ങൾ മാവേലിക്കര മുൻസിഫ് കോടതിയിൽ 2017 ഒക്ടോബർ 23 ന് കേസ് ഒ. എസ്. 370/ 2017 ന്റെ ഐ. എ. 2157/ 2017 ഫയൽ ചെയ്തു. ഇതിൻ പ്രകാരം അവരുടെ ആവ ശ്യം നിരാകരിച്ചുകൊണ്ട് 2018 ഫെബ്രുവരി 20 ന് ഉത്തരവായി. ഇതിനെതിരെ മാവേലിക്കര സബ് കോടതിയിൽ അവർ ഫയൽ ചെയ്ത കേസിൽ

---

*[31] മാവേലിക്കര സംസ്ഥാന വാർഷിക പ്രതിനിധി സമ്മേളനം നിയമപരമായി അല്ലാതെ തെരഞ്ഞെടുത്ത ഭരണസമിതി അംഗങ്ങൾ മഹാസഭയുടെ ഭരണ നിർവ്വഹണം നടത്തുന്നതിന് നിരോധിച്ചു കൊണ്ട് ചെങ്ങന്നൂർ മുൻസിഫ് കോടതി ഒ. എസ്. നം. 246/2014 ഉത്തരവ്.*

അപ്പീൽ അനുവദിച്ചു. തുടർന്ന് ഈ അപ്പീലിനെതിരെ എം. വി. രാജഗോപാലൻ ഹൈക്കോടതിയിൽ അപ്പീൽ ഫയൽ ചെയ്തു. കേസ് ഹൈക്കോടതിയുടെ പരിഗണനയിലാണ്.

## മഹാസഭ ആസ്ഥാന മന്ദിരം: തർക്കങ്ങൾ

അഖിലകേരള വിശ്വകർമ്മ മഹാസഭയുടെ പേരുമാറ്റം ആവശ്യപ്പെട്ട് കെ. വി. എസ്. പ്രസിഡന്റ് നൽകിയ അപേക്ഷ നിരസിച്ചുകൊണ്ട് 2016 ഓഗസ്റ്റ് 23 നോൺ-ട്രേഡിങ് കമ്പനി രജിസ്ട്രാർ ഉത്തരവ് പുറപ്പെടുവിക്കുമ്പോൾ ചെങ്ങന്നൂർ മുണ്ടൻ കാവിലുള്ള മഹാസഭയുടെ ആസ്ഥാനമന്ദിരം ഔദ്യോഗിക ഭാരവാഹികൾ എന്നവകാശപ്പെടുന്ന, മാവേലിക്കര സംസ്ഥാന വാർഷിക പ്രതിനിധി സമ്മേളനം നിയമപരമായ അല്ലാതെ തെരഞ്ഞെടുത്ത ഭരണ സമിതി അംഗങ്ങളുടെ കൈവശമായിരുന്നു.

കെ. വി. എസ്. പ്രസിഡന്റിന്റെ നേതൃത്വത്തിൽ ഈ ഓഫീസ് മന്ദിരം ഒരു സംഘം ആളുകൾ താഴ് തല്ലിപ്പൊളിച്ച് കയ്യേറുകയുണ്ടായി. ഈ സംഭവത്തെ കുറിച്ച് 2016 സെപ്റ്റംബർ 27 ന് മലയാള മനോരമ പ്രസിദ്ധീകരിച്ച വാർത്ത ഇപ്രകാരമാണ്:-

“വിശ്വകർമ്മ സംഘടനകളുടെ ആസ്ഥാനമായ മുണ്ടങ്കാവിലെ വഞ്ഞിപ്പുഴ ബംഗ്ലാവ് കേരള വിശ്വകർമ്മ സഭ പ്രസിഡന്റ് പി. ആർ. ദേവദാസിന്റെ നേതൃത്വത്തിൽ പ്രവർത്തകർ പിടിച്ചെടുത്തു. എതിർപ്പുമായി അഖില കേരള വിശ്വകർമ്മ മഹാസഭ പ്രവർത്തകർ എത്തിയതോടെ ഉന്തും തള്ളും ആയതിനെ

തുടർന്ന് ആർ. ഡി. ഒ. യുടെ നേതൃത്വത്തിൽ ബംഗ്ലാവ് പൂട്ടി താക്കോൽ പോലീസിനെ ഏൽപ്പിച്ചു.

ഇന്നലെ രാവിലെ ഏഴ് മണിയോടെ പി. ആർ. ദേവദാസും പ്രവർത്തകരും ഓഫീസിൽ പ്രവേശിക്കുകയായിരുന്നു. ഇതിനിടെ മുദ്രാവാക്യം വിളികളുമായി എ. കെ. വി. എം. എസ് പ്രവർത്തകരും ഓഫീസിൽ കയറാൻ എത്തി. സ്ത്രീകളടക്കമുള്ള പ്രവർത്തകർ മന്ദിരത്തിന് സമീപം ചേരിതിരിഞ്ഞു മുദ്രാവാക്യം മുഴക്കി. ഉന്തും തള്ളും ഉണ്ടായതോടെ പോലീസ് ഇടപെട്ട് രംഗം ശാന്തമാക്കി. അക്രമം ഉണ്ടായേക്കുമെന്ന് പോലീസ് റിപ്പോർട്ടിനെ തുടർന്ന് ഓഫീസ് പൂട്ടുകയായിരുന്നെന്നു ആർ. ഡി. ഒ. പറഞ്ഞു. 30 ന് ഈ വിഭാഗം നേതാക്കളുമായും ചർച്ച നടത്തുമെന്ന് ആർ. ഡി. ഒ. ഗോപകുമാർ അറിയിച്ചു.

എ. കെ. വി. എം. എസ്. പ്രസിഡന്റ് താനാണെന്നു ചെങ്ങന്നൂർ സബ് കോടതി വിധിയുണ്ടെന്നും തനിക്ക് ഓഫീസിൽ പ്രവേശിക്കാം എന്നും പി. ആർ. ദേവദാസ് പറഞ്ഞു. എന്നാൽ സബ് കോടതി വിധിയിൽ 30 ദിവസത്തിനകം ചുമതല ഏൽക്കണമെന്ന് നിർദ്ദേശം ഉണ്ടായിരുന്നെങ്കിലും അത് പാലിക്കാതെ കേരള വിശ്വകർമ്മ സഭ പ്രസിഡന്റ് വർഷങ്ങൾക്ക് ശേഷം അവകാശം ഉന്നയിക്കുന്നതിൽ അർത്ഥമില്ലെന്ന് എ. കെ. വി. എം. എസ്. ജനറൽ സെക്രട്ടറി വിജയൻ കെ. ഈരേഴ പറഞ്ഞു.”[32]

മഹാസഭ ആസ്ഥാന മന്ദിര കൈയേറ്റത്തിനെതിരെ ഔദ്യോഗിക ഭാരവാഹികൾ എന്നവകാശപ്പെടുന്ന

---

*[32] 2016 സെപ്റ്റംബർ 27 ന് മലയാള മനോരമ ദിനപത്രം ചെങ്ങന്നൂർ എഡിഷനിൽ പ്രസിദ്ധീകരിച്ച വാർത്ത.*

വർ ചെങ്ങന്നൂർ സബ് ഡിവിഷണൽ മജിസ്ട്രേറ്റിനു (ആർ. ഡി. ഒ.) പരാതി നൽകി. തുടർന്ന് ഇരുകൂട്ട രുമായുള്ള കൂടിക്കാഴ്ച നടത്തി. സബ് ഡിവിഷ ണൽ മജിസ്ട്രേറ്റ് ഉത്തരവ് ഇറക്കാൻ കാലതാമസം വരുത്തുന്നുവെന്നു പറഞ്ഞ് ഇരുകൂട്ടരും അദ്ദേഹ ത്തിന്റെ ഓഫീസിനു മുൻപിൽ സംഘർഷാവസ്ഥ സൃഷ്ടിച്ചു. തുടർന്ന് ചെങ്ങന്നൂർ സബ് ഡിവിഷ ണൽ മജിസ്ട്രേറ്റ് 2016 ഒക്ടോബർ 18 ന് ഇറക്കിയ നം.4266/2016/എച്ച് ഉത്തരവിന്റെ പ്രസക്തഭാഗം ഇപ്രകാരമാണ്-

"കേരള വിശ്വകർമ്മ സഭയുടെ ചുമതല നിയമാനു സൃതം ആസ്തി രജിസ്റ്ററിലോ റിക്കാർഡുകളിലോ ഉൾപ്പെടുത്തി ഏറ്റെടുത്ത് പ്രവർത്തനം നടത്തുന്ന ത്, പ്രസിഡൻറ് പി. ആർ. ദേവദാസിന്റെ നേതൃത്വ ത്തിനു തെളിയിക്കാൻ കഴിഞ്ഞിട്ടില്ല. അതിനാൽ നിലവിലുള്ള ക്രമസമാധാന പ്രശ്നം പരിഹരിക്കു ന്നതിന് പരാമർശവിധേയമായ ഓഫീസ് കെട്ടിടവും പരിസരവും പൊലീസ് കസ്റ്റഡിയിൽ നിന്ന് അഖില കേരള വിശ്വകർമ്മ മഹാസഭ പ്രസിഡൻറ് എം. സുകുമാരൻ ആചാരിയുടെ വിഭാഗത്തിന് നിയമാ നുസൃതം വിട്ടുനൽകി ഇതിനാൽ ഉത്തരവാ കുന്നു."[33] ഈ ഉത്തരവ് വഴി മഹാസഭയ്ക്ക് രണ്ട് പ്രസിഡന്റുമാർ ഉണ്ടെന്ന് എടുത്തു കാണിക്കേണ്ട സാഹചര്യമുണ്ടാക്കി.

ചെങ്ങന്നൂർ സബ് ഡിവിഷണൽ മജിസ്ട്രേറ്റിന്റെ ഉത്തരവിനെതിരെ ഹൈക്കോടതിയിൽ കെ. വി. എസ്. പ്രസിഡൻറ് ക്രിമിനൽ റിവിഷൻ പെറ്റീഷൻ

---

[33] *ചെങ്ങന്നൂർ സബ് ഡിവിഷണൽ മജിസ്ട്രേറ്റ് 2016 ഒക്ടോബർ 18 ന് ഇറക്കിയ നം. 4266/2016/എച്ച് ഉത്തരവ്.*

ഫയൽ ചെയ്തു. തുടർന്ന് 2017 ഓഗസ്റ്റ് 25 ന് ഹൈക്കോടതി പുറപ്പെടുവിച്ച ക്രിമിനൽ ആർ. പി. നം: 1757/2016[34] സഭയുടെ കേന്ദ്ര ആസ്ഥാനമന്ദിരം അദ്ദേഹത്തിന് വിട്ടുകൊടുക്കുന്നതിന് ഉത്തരവായി. അങ്ങനെ ഓഫീസ് അദ്ദേഹത്തിന്റെ കൈവശമായി. സംഘടനയുടെ നിയമപരമായ തെരഞ്ഞെടുപ്പ് കഴിയുന്നത് വരെ തൽസ്ഥിതി തുടരും.

കെ. വി. എസ്. പ്രസിഡന്റിനു അനുകൂലമായി ലഭിച്ച ഹൈക്കോടതിയുടെ ഈ ഉത്തരവിനെതിരെ മാവേലിക്കര സംസ്ഥാന വാർഷിക പ്രതിനിധി സമ്മേളനത്തിൽ നിയമപരമായി അല്ലാതെ തെരഞ്ഞെടുക്കപ്പെട്ട പ്രസിഡന്റും ജനറൽ സെക്രട്ടറിയും 2017 നവംബർ 23 ന് സുപ്രീം കോടതിയിൽ ഫയൽ ചെയ്ത ക്രിമിനൽ അപ്പീൽ കേസ് 2018 ഏപ്രിൽ 20 ന് തള്ളി ഉത്തരവായി.

കെ. വി. എസ്. പ്രസിഡന്റിനു അനുകൂലമായി ഹൈക്കോടതിയിൽ നിന്ന് 2017 ഓഗസ്റ്റ് 25 ന് ലഭിച്ച ക്രിമിനൽ ആർ. പി. നം. 1757/2016 ഉത്തരവിനെ അടിസ്ഥാനപ്പെടുത്തി മഹാസഭയുടെ ജനറൽ സെക്രട്ടറി ആരാണെന്നുള്ളതിന് നിയമപരമായ വിശദീകരണം ആവശ്യപ്പെട്ട് എം. വി. രാജഗോപാലൻ ഹൈക്കോടതിയിൽ അപേക്ഷ നൽകിയിരുന്നു. എന്നാൽ ഈ അപേക്ഷ ഒരു റിവ്യൂ പെറ്റീഷൻ ആയി പരിഗണിച്ച് ഹൈക്കോടതി നിരസിച്ചു.

---

[34] 2017 *ഓഗസ്റ്റ്* 25 *ന് ഹൈക്കോടതി പുറപ്പെടുവിച്ച ക്രിമിനൽ ആർ. പി. നം*: 1757/2016 *ഉത്തരവ് പേജ്* -9.

# വിശ്വകർമ്മ ഹിന്ദു യു. പി. സ്കൂൾ, വഴുവാടി: മാനേജർ നിയമനം

അഖില കേരള വിശ്വകർമ്മ മഹാസഭയുടെ നേതൃത്വത്തിൽ പ്രവർത്തിക്കുന്ന സ്കൂളാണ് ആലപ്പുഴ ജില്ലയിലെ വഴുവാടി വിശ്വകർമ്മ ഹിന്ദു യു. പി. സ്കൂൾ. 1964-ലാണ് തറക്കല്ലിട്ട് സ്കൂളിനുള്ള നടപടികൾ ആരംഭിക്കുന്നത്. മഹാസഭയുടെ സംസ്ഥാന പ്രസിഡൻറ് ആയിരിക്കും സ്കൂളിന്റെ മാനേജർ.

മാവേലിക്കര എടവങ്കാട് കുടുംബക്കാരിൽ നിന്ന് ഇഷ്ടദാനമായി ലഭിച്ച ഒരേക്കർ മൂന്നു സെന്റ് സ്ഥലത്താണ് സ്കൂൾ പ്രവർത്തിക്കുന്നത്. മഹാസഭയുടെ 2000 ലെ തെരഞ്ഞെടുപ്പ് കഴിഞ്ഞ് ഒരു വർഷക്കാലത്തോളം സഭയുടെ സംസ്ഥാന പ്രസിഡൻറ് സ്കൂൾ മാനേജറായിരുന്നു.

മഹാസഭയുടെ സംസ്ഥാന പ്രസിഡൻറ് ആയി പ്രവർത്തിച്ചു കൊണ്ടിരിക്കെ 2001 മാർച്ച് 13 ന് അദ്ദേഹം കേരള വിശ്വകർമ്മ സഭ രൂപീകരിച്ച് അതിന്റെ പ്രസിഡന്റായി സ്വയം ചുമതലയേറ്റു. അതുകൊണ്ട് അദ്ദേഹത്തിന് സ്കൂൾ മാനേജർ പദവി നഷ്ടപ്പെട്ടു.

സഭയുടെ സംസ്ഥാന വൈസ് പ്രസിഡൻറ് ആയിരുന്ന എൻ. പി. ശങ്കരൻകുട്ടിയെ പ്രസിഡന്റായി മഹാസഭ ജനറൽബോഡി തെരഞ്ഞെടുത്തു. സ്കൂളിന്റെ മാനേജർ സ്ഥാനം എൻ. പി. ശങ്കരൻ കുട്ടിക്ക് നൽകണമെന്ന് ആവശ്യപ്പെട്ട് അദ്ദേഹം ഹൈക്കോടതിയെ സമീപിച്ചു. ഹൈക്കോടതി 2002 ജനുവരി 30ന് ഒ. പി. നം. 3302/2002 പുറപ്പെടുവിച്ച

ഉത്തരവിൽ[35] എൻ. പി. ശങ്കരൻ കുട്ടിയെ സ്കൂൾ മാനേജർ ആയി നിയമിക്കുന്നതിൽ ഉചിതമായ നടപടി എടുക്കാൻ വിദ്യാഭ്യാസ ഡയറക്ടർക്ക് നിർദേശം നൽകി.

ഹൈക്കോടതി നിർദ്ദേശപ്രകാരം വിദ്യാഭ്യാസ ഡയറക്ടർ എൻ. പി. ശങ്കരൻ കുട്ടിയെ സ്കൂൾ മാനേജർ ആയി നിയമിക്കുന്നതിന് മാവേലിക്കര എ. ഇ. ഒ. നിർദ്ദേശം നൽകുകയും അപ്രകാരം എൻ. പി. ശങ്കരൻകുട്ടിയെ ഒരു വർഷക്കാലത്തേക്ക് സ്കൂൾ മാനേജർ[36] ആയി നിയമിക്കുകയും ചെയ്തു.

ഈ നടപടിയെ ചോദ്യം ചെയ്തുകൊണ്ടും എൻ. പി. ശങ്കരൻ കുട്ടിയുടെ നിയമനം റദ്ദാക്കണമെന്നും തന്നെ മാനേജരായി നിയമിക്കണമെന്നും ആവശ്യപ്പെട്ടുകൊണ്ട് കെ. വി. എസ്. പ്രസിഡന്റ് 2003 ജൂലൈ 8 ന് വിദ്യാഭ്യാസ ഡയറക്ടർക്ക് പരാതി നൽകി.

അഖില കേരള വിശ്വകർമ്മ മഹാസഭയും മറ്റ് വിവിധ വിശ്വകർമ്മ സംഘടനകൾ ലയിച്ച് ഒന്നായി കെ. വി. എസ്. രൂപവൽക്കരിച്ചതിനെ തുടർന്ന് ലയനത്തിനെതിരെ രണ്ട് കേസുകൾ സിവിൽ കോടതിക്ക് മുൻപിൽ ഉള്ളതുകൊണ്ടും യഥാർഥത്തിൽ ആരാണ് മഹാസഭയുടെ പ്രസിഡന്റ് എന്ന തർക്കം നിലനിൽക്കുന്നതുകൊണ്ടും കെ. വി. എസ്. ന്റെ പ്രസിഡന്റ് ആണ് താനെന്നു പരാതിക്കാരൻ അവകാശപ്പെടുന്നതുകൊണ്ടും അദ്ദേഹത്തെ മാനേജരായി നിയമിക്കാൻ സർക്കാരിന് സാധിക്കില്ലെന്നു വിദ്യാ

---

*[35] ഹൈക്കോടതി 2002 ജനുവരി 30 ന് ഒ. പി. നം. 3302/2002 പുറപ്പെടുവിച്ച ഉത്തരവ്.*

*[36] വിദ്യാഭ്യാസ ഡയറക്ടർ സ്കൂൾ മാനേജർ നിയമനം സംബന്ധിച്ച് മാവേലിക്കര എ. ഇ. ഒ. ക്ക് 2002 ഏപ്രിൽ 23 ന് നൽകിയ നിർദേശം.*

ഭ്യാസ ഡയറക്ടർ 2004 ഫെബ്രുവരി 6 ന് ഉത്തരവിറക്കി.

പിന്നീട് അദ്ദേഹം, തന്നെ സ്കൂൾ മാനേജരായി നിയമിക്കണമെന്ന അനുകൂല വിധി ഹൈക്കോടതിയിൽ നിന്ന് 2016 നവംബർ 7 ന് സമ്പാദിച്ചു. അതിൻപ്രകാരം വിദ്യാഭ്യാസ ഡയറക്ടർ നൽകിയ നിർദേശമനുസരിച്ച് മാവേലിക്കര എ. ഇ. ഒ. 2017 ജൂൺ 16 ന് ഇറക്കിയ ഉത്തരവിൽ[37] മഹാസഭയുടെ നിയമാനുസൃതം തെരഞ്ഞെടുക്കപ്പെട്ട പ്രസിഡന്റ് ആരാണെന്ന് ചൂണ്ടിക്കാണിക്കാൻ കഴിയാത്ത സാഹചര്യത്തിൽ സ്കൂളിന്റെ മാനേജർ ആരാണെന്ന് പറയാൻ നിർവാഹമില്ലെന്ന് രേഖപെടുത്തി. തുടർന്ന് കെ. വി. എസ്. പ്രസിഡന്റ് അന്നത്തെ വിദ്യാഭ്യാസ മന്ത്രിക്ക് തന്നെ വി. എച്ച്. യു. പി.സ്കൂളിന്റെ മാനേജരായി നിയമിക്കണമെന്ന് ആവശ്യപ്പെട്ട് 2019 ഏപ്രിൽ 17 ന് നൽകിയ അപേക്ഷയുടെ അടിസ്ഥാനത്തിൽ പൊതു വിദ്യാഭ്യാസ അഡീഷണൽ ഡയറക്ടർ സംഘടനയുമായി ബന്ധപ്പെട്ട എല്ലാവരുമായും കൂടികാഴ്ച നടത്തി. തുടർന്ന് 2019 ഓഗസ്റ്റ് 5 ന് അദ്ദേഹം ഇറക്കിയ ഉത്തരവിൽ ഇപ്രകാരം രേഖപ്പെടുത്തിയിരിക്കുന്നു-

"മേൽ സാഹചര്യത്തിൽ വഴുവാടി ഹിന്ദു വിശ്വകർമ്മ യു. പി. സ്കൂൾ മാനേജറെ വകുപ്പു തലത്തിൽ നിശ്ചയിച്ച ഉത്തരവ് നൽകാൻ സാധ്യമല്ല ബഹു. കോടതിയിൽ നിലനിൽക്കുന്ന കേസുകൾ ഇരുകക്ഷികളും തീർപ്പാക്കി വിശ്വകർമ്മ സഭയുടെ പ്രസിഡന്റിനെ അതിന്റെ നിയമാവലി പ്രകാരം തെരഞ്ഞെടുത്ത് വ്യക്തമായ പ്രൊപ്പോസൽ സമർപ്പിക്കുന്ന

[37] *മാവേലിക്കര എ. ഇ. ഒ. 2017 ജൂൺ 16 ന് ഇറക്കിയ ഉത്തരവ്.*

പക്ഷം മാത്രമേ വകുപ്പുതലത്തിൽ മാനേജർ നിയമ നം അംഗീകരിച്ചു നൽകാൻ സാധിക്കുകയുള്ളൂ.

അംഗീകൃത മാനേജർ ഇല്ലായെന്ന കാരണത്താൽ വഴുവാടി വിശ്വകർമ്മ ഹിന്ദു യു.പി. സ്കൂളിലെ സുഗ മമായ നടത്തിപ്പിന് മാനേജർ തലത്തിൽ സ്വീകരി ക്കേണ്ട നടപടികൾ പൂർത്തീകരിക്കുവാൻ (അധ്യാ പക നിയമനം ഉൾപ്പെടെ) നിലവിൽ സാധ്യമല്ലാത്ത സാഹചര്യമാണ് നിലനിൽക്കുന്നത്.

മേൽ സാഹചര്യത്തിൽ വഴുവാടി വിശ്വകർമ്മ ഹിന്ദു യു. പി. സ്കൂളിന്റെ മാനേജ്മെന്റ് തർക്കം തീർപ്പാ ക്കുന്നതുവരേയ്ക്കും മാവേലിക്കര ഉപജില്ല വിദ്യാ ഭ്യാസ ഓഫീസറെ ടി സ്കൂളിന്റെ താൽക്കാലിക മാ നേജരായി ഇതിനാൽ നിയമിച്ച് ഉത്തരവാകുന്നു. പ്രസ്തുത സംഘടനയ്ക്ക് നിയമാനുസൃതം തെര ഞ്ഞെടുക്കപ്പെട്ട പ്രസിഡന്റ് ഇല്ലാത്തതിനാൽ സ്കൂൾ മാനേജർ സ്ഥാനം തൽക്കാലം മാവേലിക്ക ര എ. ഇ. ഒ. യെ ചുമതലപ്പെടുത്തി ഉത്തരവായി ."[38]

സ്കൂളിൽ നിരവധി അധ്യാപക ഒഴിവുകൾ ഉണ്ടെ ങ്കിലും സ്കൂളിന്റെ മാനേജർ ഇല്ലാത്തതിനാൽ നിയ മനം നടത്താൻ ആകുന്നില്ല.

---

[38] *സ്കൂൾ മാനേജർ സ്ഥാനം തൽക്കാലം മാവേലിക്കര എ. ഇ. ഒ. യെ ചുമതലപ്പെടുത്തി കൊണ്ടുള്ള പൊതു വിദ്യാഭ്യാസ അഡീഷണൽ ഡയറക്ടർ 2019 ഓഗസ്റ്റ് 5 ന് ഇറക്കിയ ഉത്തരവിന്റെ പേജ്-4 ൽ നിന്നുള്ള പ്രസക്തഭാഗങ്ങൾ.*

# മഹാസഭയുടെ പുതിയ തെരഞ്ഞെടുപ്പ് സംബന്ധിച്ച്: നിയമ പോരാട്ടങ്ങൾ

അഖില കേരള വിശ്വകർമ്മ മഹാസഭയുടെ സംസ്ഥാന പ്രസിഡന്റ് പി. ആർ. ദേവദാസ് ആണെന്ന് പ്രസ്താവിച്ചുകൊണ്ട് 2010 ജനുവരി 30ന് ചെങ്ങന്നൂർ സബ് കോടതി ഇറക്കിയ സംയുക്തവിധിയും അതിനെ ശരിവെച്ചുകൊണ്ടുള്ള മാവേലിക്കര അഡീഷണൽ ജില്ലാ കോടതിയുടെ ഉത്തരവും റദ്ദ് ചെയ്യണമെന്ന് ആവശ്യപ്പെട്ടുകൊണ്ട് നിയമപരമായി തെരഞ്ഞെടുക്കപ്പെടാത്ത, മഹാസഭയുടെ ഔദ്യോഗിക ഭാരവാഹികൾ എന്ന് അവകാശപ്പെടുന്നവർ രണ്ടാമതൊരു അപ്പീൽ കേസ് ഹൈക്കോടതിയിൽ ആർ. എസ്. എ. നം. 1030/2017[39] ഫയൽ ചെയ്തു. അതിലെ ഒന്നാം പ്രതിയാണ് ജനറൽ സെക്രട്ടറി എം. വി. രാജഗോപാലൻ.

മഹാസഭയുടെ സംഘടനാ പ്രശ്നങ്ങൾ പരിസമാപ്തിയിൽ എത്തിക്കുവാൻ വേണ്ടി മറ്റു രണ്ടു ഘടകങ്ങളുമായി അനുരഞ്ജനത്തിന് നിരവധി തവണ ശ്രമിച്ചു പരാജയപ്പെട്ടതുകൊണ്ട് ജനറൽ സെക്രട്ടറി സംഘടനയുടെ തെരഞ്ഞെടുപ്പ് സംബന്ധിച്ച് ഹൈക്കോടതിയിൽ ആർ. എസ്. എ. നം.1030/2017 കേസിനോട് ബന്ധപ്പെടുത്തി വാദിയായി ഐ. എ. നം.1/2019 കേസ് ഫയൽ ചെയ്തു.

ജനറൽ സെക്രട്ടറി എന്ന നിലയിൽ നിയമപരമായി സംഘടനയുടെ തെരഞ്ഞെടുപ്പ് നടത്താൻ തന്നെ

---

*39 ഹൈക്കോടതിയിൽ ഫയൽ ചെയ്ത ആർ. എസ്. എ. നം. 1030/2017 കേസ്.*

അനുവദിക്കണമെന്നും അല്ലാത്തപക്ഷം ഹൈ ക്കോടതിയുടെ ചുമതലയിൽ തെരഞ്ഞെടുപ്പ് നട ത്തണമെന്നും ആവശ്യപ്പെട്ടുകൊണ്ടാണ് എം. വി. രാജഗോപാലൻ നൽകിയ കേസ് ഹൈക്കോടതി അംഗീകരിച്ച് 2019 സെപ്റ്റംബർ 5 ന് ഉത്തര വിറക്കി. അത് ഇപ്രകാരമാണ്-

"After having heard the learned Councel and as consented by them, the following order is passed: The election shall be conducted in December 2019. An advocate commissioner is appointed to conduct the election and he shall finalise the voters' list. Adv. Sri. Sreelal Warrier is appointed the Commissioner. The expenses of the election shall be met by the association. The commissioner's remuneration is fixed at Rs. 60000/- initially. This amount shall be shared by the appellants and respondents 1 and 5 in equal proportion (Rs. 20000/- each). The remuneration shall be paid to the Commissioner within a fortnight."[40]

ഉത്തരവിന്റെ മലയാള പരിഭാഷ ഇപ്രകാരമാണ്- "2019 ഡിസംബർ അവസാനിക്കുന്നതിനു മുൻപ് തെരഞ്ഞെടുപ്പ് നടത്താൻ ഒരു അഭിഭാഷക കമ്മീ ഷണറെ നിയമിക്കുകയും അദ്ദേഹം മഹാസഭയുടെ നിയമാവലി അനുസരിച്ച് വോട്ടർമാരുടെ പട്ടികയ്ക്ക് അന്തിമരൂപം നൽകുകയും ചെയ്യണം. കമ്മീഷണ റായി അഡ്വ. ശ്രീലാൽ വാര്യരെ നിയമിച്ചു. കമ്മീഷ ണറുടെ പ്രതിഫലം തുടക്കത്തിൽ 60,000/- രൂപ

---

[40] *സംഘടനയുടെ തെരഞ്ഞെടുപ്പ് സംബന്ധിച്ച് ജനറൽ സെക്രട്ടറി എം. വി. രാജഗോപാലൻ ഹൈക്കോടതിയിൽ നൽകിയ ഐ. എ. നം. 1/2019 കേസിന്റെ 2019 സെപ്റ്റംബർ 5 ന് ഇറങ്ങിയ ഉത്തരവിന്റെ പേജ്-3 ലെ രണ്ടാമത്തെ ഖണ്ഡിക.*

യാണ്. ഈ തുക വാദിയും പ്രതികളും ചേർന്ന് തുല്യ അനുപാതത്തിൽ 20,000/- രൂപ വീതം കമ്മീഷണർക്ക് നൽകണം." ഈ ഉത്തരവ് പ്രകാരം കമ്മീഷണർക്ക് പ്രതിഫലമായി 20,000/- രൂപയും അദ്ദേഹം ആവശ്യപ്പെട്ട പ്രതിനിധിലിസ്റ്റും അംഗലിസ്റ്റും മഹാസഭയ്ക്കു വേണ്ടി ജനറൽ സെക്രട്ടറി എം. വി. രാജഗോപാലൻ നൽകി. തെരഞ്ഞെടുപ്പ് മുടക്കാനോ കാലതാമസം വരുത്താനോയുള്ള ശ്രമത്തിന്റെ ഭാഗമായി നാലു പരാതികൾ ഹൈക്കോടതിയിൽ കൊടുത്തിട്ടുള്ളതായി അറിയുന്നു.

കോവിഡ്-19 പകർച്ച വ്യാധിയുടെ തീവ്രത കാരണം ഹൈക്കോടതിയുടെ 2019 സെപ്റ്റംബർ 5 ലെ ഐ. എ. നം. 1/2019 ഉത്തരവ് പ്രകാരം മഹാസഭയുടെ തെരഞ്ഞെടുപ്പ് നടത്തുന്നതിന് കഴിഞ്ഞില്ല. പ്രസ്തുത ഉത്തരവിനു ഊന്നൽ നൽകിക്കൊണ്ടാണ് 2022 മെയ് 23 ന് ഹൈക്കോടതി ആർ. എസ്. എ. നം. 1030/2017 ഉത്തരവ് ഉണ്ടായിട്ടുള്ളത്. ആർ. എസ്. എ. 1030-ൽ എന്താണോ അപ്പീൽ വാദികൾ ആവശ്യപ്പെട്ടത് അത് പരിഗണിച്ചിട്ടില്ലെന്നു മാത്രമല്ല അപ്പീൽ നൽകിയ വാദികളിൽ യഥാക്രമം ഒന്നാം വാദി എം. സുകുമാരൻ ആചാരി പ്രസിഡന്റ് ആയ എ. കെ. വി. എം. എസ്, രണ്ടാം വാദി എം. സുകുമാരൻ ആചാരി, മൂന്നാം വാദി വിജയൻ. കെ എന്നിവർ ഒറിജിനൽ കേസായ ഒ. എസ്. 85/ 2008 ലെ കക്ഷികൾ അല്ലെന്നും ഹൈക്കോടതി കണ്ടെത്തുന്നു.

“It is submitted by the parties that due to the present covid pandemic situation, the election could not be conducted as directed in the order dated 5.9.2019. It is seen that the order passed on 05.09.2019 is a consented one. Advocate Sreelal N. Warrier, the Advocate

Commissioner appointed by this court submitted that now he has to finalise the modalities for conduct of the election and seeks 3 weeks time to file report on the proposed process for conduct of the election. Three weeks time is granted. It is ordered that the Commissioner shall be paid a further batta of Rs. 60000/- and the said amount shall be shared by the appellants and respondents 1 to 5 equal proportion.The remuneration shall be paid to the Commissioner within ten days from today."[41]

ഉത്തരവിന്റെ പ്രസക്തഭാഗങ്ങളുടെ മലയാള പരിഭാഷ ഇപ്രകാരമാണ്:- "അഡ്വ. കമ്മീഷണറോട് തെരഞ്ഞെടുപ്പ് നടപടിക്രമങ്ങൾ സംബന്ധിച്ച അവസാന റിപ്പോർട്ട് മൂന്ന് ആഴ്ചക്കുള്ളിൽ നല്കാൻ ആവശ്യപ്പെട്ടു. വാദി/പ്രതികൾ തുല്യമായി 2-)ം തവണ പ്രതിഫലം 60000 രൂപ കമ്മീഷണർക്ക് 10 ദിവസത്തിനുള്ളിൽ കൊടുക്കുന്നതിനും ഉത്തരവായിട്ടുണ്ട്."

വ്യക്തികളുടെ സ്വാർത്ഥതാൽപര്യത്തിനു അപ്പുറത്തേക്ക് മഹാസഭയുടെ അഖണ്ഡതയ്ക്കും കെട്ടുറപ്പിനും ആണ് പ്രാധാന്യം നൽകുന്നതെങ്കിൽ ഹൈക്കോടതി നിർദേശിച്ച പ്രകാരമുള്ള തെരഞ്ഞെടുപ്പിനെ നേരിടാൻ എല്ലാവരും സജ്ജരാകണ്ടതാണ്.

---

[41] *ഹൈക്കോടതി 2022 മെയ് 23 ന് പുറപ്പെടുവിച്ച ആർ. എസ്. എ. നം. 1030/2017 ഉത്തരവിന്റെ രണ്ടാമത്തെ ഖണ്ഡിക.*

## മഹാസഭയുടെ കേസുകൾ: ചെലവഴിച്ച തുക

ജനറൽ സെക്രട്ടറി എന്ന നിലയിൽ മഹാസഭയ്ക്കു വേണ്ടി എം. വി. രാജഗോപാലൻ 2001 മുതൽ 2014 വരെ വിവിധ കോടതികളിൽ 53 കേസുകൾ ഫയൽ ചെയ്തു. ഇതിൽ 45 കേസുകൾ തീർപ്പായിട്ടുണ്ട്. എട്ടു കേസുകൾ തീർപ്പാകാനുണ്ട്. ഇതുകൂടാതെ ഹൈക്കോടതിയിൽ രണ്ട് പുതിയ കേസുകൾ കൂടി തീർപ്പാകാൻ ഉണ്ട്. 14 വർഷം കൊണ്ട് 53 കേസുകൾക്ക് ജനറൽ സെക്രട്ടറി ചെലവഴിച്ച ആകെത്തുക 6,83,219/- രൂപ. നിലവിലുള്ള കേസുകൾക്ക് വേണ്ടി 2017 മുതൽ 2021 വരെ 5 വർഷങ്ങളിലായി 2,55,000/- രൂപ ചെലവഴിച്ചു.

# 7. മഹാസഭയും സാമ്പത്തിക ഉത്തരവാദിത്വവും

അഖില കേരള വിശ്വകർമ്മ മഹാസഭയുടെ ശക്തിയും വളർച്ചയും അതിന്റെ പ്രാഥമിക അംഗങ്ങളുടെ ആത്മാർത്ഥതയും സംഘടനാ ബോധത്തിലും അധിഷ്ഠിതമായിരിക്കും. മേൽഘടകങ്ങൾക്ക് സാമൂഹിക-സാമ്പത്തിക ശക്തി പകർന്നു കൊടുത്തെങ്കിൽ മാത്രമേ മഹാസഭ വളരുകയുള്ളൂ. തങ്ങൾക്ക് ശക്തിയും പിന്തുണയും നൽകുന്ന പ്രാഥമിക അംഗങ്ങളോട് മഹാസഭയുടെ സാമ്പത്തിക ഉത്തരവാദിത്വത്തെകുറിച്ചും അതിന്റെ സുതാര്യതയെ കുറിച്ചും ബോധിപ്പിക്കാൻ മേൽ ഘടകങ്ങൾ ബാധ്യസ്ഥരാണ്. മഹാസഭയുടെ പ്രവർത്തനങ്ങൾക്ക് വേണ്ടി ശാഖ, യൂണിയൻ തലങ്ങളിൽ നിന്ന് സമാഹരിക്കുന്ന ഓരോ രൂപയ്ക്കും അതുപോലെ അത് ചെലവഴിക്കുന്നതിനും ശാഖ, യൂണിയൻ, കേന്ദ്രതലത്തിൽ കൃത്യമായ വരവ് ചെലവ് കണക്കുകൾ ഉണ്ടായിരിക്കണം.

വിശ്വകർമ്മജരിൽ ഇന്നും ഭൂരിഭാഗം ആളുകളും പരമ്പരാഗത തൊഴിൽ ചെയ്ത് ജീവിക്കുന്നവർ തന്നെയാണ്. അവരുടെ അധ്വാനത്തിന്റെ ഒരു ഭാഗം മഹാസഭയുടെ വളർച്ചയ്ക്കും പ്രവർത്തനങ്ങൾക്കു വേണ്ടി സമാഹരിക്കുമ്പോൾ, അവർ ചോദിക്കുന്ന

ഓരോ ചോദ്യങ്ങൾക്കും വ്യക്തമായ മറുപടി നൽകാൻ മഹാസഭയുടെ ഭരണ നേതൃത്വത്തിന് ഉത്തരവാദിത്വമുണ്ട്.

## ഒരു കോടി ഫണ്ട് ധനസമാഹരണം

അഖില കേരള വിശ്വകർമ്മ മഹാസഭയുടെ കേന്ദ്ര ഓഫീസിന്റെ വികസനം, വഴുവാടി വിശ്വകർമ്മ ഹിന്ദു യു. പി. സ്കൂൾ ഹൈസ്കൂളാക്കി ഉയർത്തുക, കേന്ദ്ര ഓഫീസിൽ പ്രവർത്തിച്ചിരുന്ന ഐ. ടി. സി. യുടെ നവീകരണം, ഓഫ്സെറ്റ് പ്രസ് വാങ്ങി കർമ്മയുഗം മാസികയുടെ പ്രസിദ്ധീകരണം വിപുലപ്പെടുത്തൽ, തുടങ്ങിയ നിരവധി കർമ്മ പരിപാടികൾ ആസൂത്രണം ചെയ്തുകൊണ്ടാണ് ഒരു കോടി ഫണ്ട് സമാഹാരണത്തിന് തുടക്കം കുറിച്ചത്. വിവിധ തുക രേഖപ്പെടുത്തിയ കൂപ്പണുകൾ 2000-2001 വർഷത്തിലാണ് ശാഖകൾക്കും യൂണിയനുകളും വിതരണം ചെയ്തത്. ശാഖകൾക്കും യൂണിയനുകൾക്കുമുള്ള കമ്മീഷൻ കൊടുത്തു കഴിഞ്ഞ് ഏകദേശം 70-75 ലക്ഷം രൂപ കേന്ദ്രത്തിൽ ലഭിക്കുമെന്ന് ആയിരുന്നു ധനസമാഹരണത്തിന് നേതൃത്വം കൊടുത്തവരുടെ പ്രതീക്ഷ.

ശാഖകളിൽ നിന്ന് ധന സമാഹരണം പൂർത്തിയായി യൂണിയനിൽ പണം വന്നു തുടങ്ങിയ സമയത്താണ് അഖില കേരള വിശ്വകർമ്മ മഹാസഭയിൽ ഏകസംഘടന ലയന പ്രഖ്യാപനവും തുടർന്ന് മഹാസഭയിൽ നിന്ന് ഒരു വിഭാഗം ആളുകളെ അടർത്തി മാറ്റി കൊണ്ട് കേരള വിശ്വകർമ്മ സഭ എന്ന പേരിൽ അന്നത്തെ മഹാസഭ സംസ്ഥാന പ്രസിഡന്റിന്റെ നേതൃത്വത്തിൽ പ്രവർത്തനമാരംഭിച്ചത്.

മഹാസഭ പ്രവർത്തനത്തിന് പിരിച്ച തുക തിരികെ കേന്ദ്ര നേതൃത്വത്തെ ഏൽപ്പിക്കുന്നതിനു മുമ്പു തന്നെ മഹാസഭയിൽ ഉണ്ടായ പിളർപ്പ് ഒരു കോടി ധനസമാഹരണത്തെയും ബാധിച്ചു. അധിക യൂണിയനുകളും സമാഹരിച്ച തുകയും അവശേഷിച്ച കൂപ്പണുകളും തിരികെ ഏൽപ്പിച്ചിട്ടില്ല. മഹാസഭയുടെ ജനറൽ സെക്രട്ടറി എന്ന നിലയിൽ 2001 മുതൽ 2007 വരെയുള്ള ഏഴു വർഷങ്ങൾ കൊണ്ട് 1,14,796/- രൂപ വിവിധ ശാഖ/യൂണിയനുകൾ എം. വി. രാജഗോപാലനെ ഏൽപ്പിച്ചിട്ടുണ്ട്. ഈ തുക 2014 ഏപ്രിൽ 20 ന് നടന്ന മഹാസഭയുടെ ജനറൽ ബോഡി യോഗത്തിൽ അവതരിപ്പിച്ച് അംഗീകരിച്ച ഓഡിറ്റ് റിപ്പോർട്ടിൽ രേഖപ്പെടുത്തിയിട്ടുണ്ട്.

കേരള വിശ്വകർമ്മ സഭയിൽ പ്രവർത്തിച്ചിരുന്ന ശാഖകളോടും യൂണിയനുകളോടും മഹാസഭയ്ക്ക് വേണ്ടി സമാഹരിച്ച തുകയും അവശേഷിച്ച കൂപ്പണുകളും സഭാ നേതൃത്വത്തെ തിരിച്ച് ഏൽപ്പിക്കണമെന്ന് ആവശ്യപ്പെട്ടപ്പോൾ തങ്ങൾ കെ. വി. എസ്. ആണെന്നും അതിനാൽ പണം മഹാസഭക്കു തരാൻ പറ്റില്ലെന്നും കെ. വി. എസ്. പ്രസിഡന്റിനെ നേരിട്ടു കണ്ട് കൊടുത്തു എന്നും പറഞ്ഞു. എന്നാൽ ഇങ്ങനെ കെ. വി. എസ്. നേതൃത്വത്തെ ഏൽപ്പിച്ച തുകയുടെ കണക്ക് എവിടെയെങ്കിലും പ്രസിദ്ധീകരിച്ചതായിട്ട് അറിയില്ല. എത്ര തുക സമാഹരിച്ചെന്നോ അത് എന്തിനു വേണ്ടി ചെലവഴിച്ചെന്നോ അന്നത്തെ കെ. വി. എസ്. ന്റെ പ്രവർത്തകർക്ക് പോലും അറിയില്ല എന്നാണ് ആരോപണം

# വരവ്-ചെലവ്

മഹാസഭയെ ഭിന്നിപ്പിച്ച കെ. വി. എസ്. പ്രസിഡന്റും, പിന്നീട് മഹാസഭയുടെ ഔദ്യോഗിക നേതൃത്വം ആയി സ്വയം ഭരണം എടുത്തവരും മഹാസഭയുടെ മേൽവിലാസത്തിൽ സമാഹരിച്ച തുകയുടെ സ്രോതസ്സും ചെലവഴിച്ച തുകയുടെ സുതാര്യതയും സാമ്പത്തിക ഉത്തരവാദിത്വവും അങ്ങേയറ്റം തങ്ങളുടെ അണികളെ എങ്കിലും ബോധ്യപ്പെടുത്താൻ ബാധ്യസ്ഥരാണ്.

# മഹാസഭയുടെ റിട്ടേൺസ്

മഹാസഭയുടെ പ്രവർത്തനങ്ങൾക്ക് വേണ്ടി 1999 ഏപ്രിൽ 1 മുതൽ 2014 മാർച്ച് 31 വരെ വിവിധ ശാഖ/യൂണിയൻ തലങ്ങളിൽ നിന്ന് സമാഹരിച്ച തുക, അത് ചെലവഴിച്ചതിന്റെ കണക്കുകൾ, മഹാസഭയുടെ വരവു-ചെലവു കണക്കുകൾ ഒരു അംഗീകൃത ചാർട്ടേഡ് അക്കൗണ്ടന്റിനെ കൊണ്ട് ഓഡിറ്റ് ചെയ്തതിന്റെ റിപ്പോർട്ട് എന്നിവ ഉൾപ്പെടുന്ന റിട്ടേൺസ് നോൺ-ട്രേഡിങ് കമ്പനി രജിസ്ട്രാർക്ക് നൽകിയിട്ടുണ്ട്. രജിസ്ട്രാർക്കെതിരെ മഹാസഭ കേസുകൾ നൽകിയിട്ടുള്ളത് കൊണ്ട് രജിസ്ട്രാർ ഓഫീസ് ഫീസ് വാങ്ങി റിട്ടേൺസ് അംഗീകരിച്ചിട്ടില്ല.

എന്നാൽ റിട്ടേൺ കൈപ്പറ്റിയതായി തിരുവനന്തപുരത്തുള്ള രജിസ്ട്രേഷൻ ഇൻസ്പെക്ടർ കാര്യാലയത്തിൽ നിന്ന് 2011 മാർച്ച് 18 ന് നം:6695/2011 രസീതും 2014 മെയ് 30 ന് നം:12965/ 2014 രസീതും ഓഫീസിൽ നിന്ന് നൽകിയിട്ടുണ്ട്. രജിസ്ട്രാർ നൽകിയ രസീതും റിട്ടേൺസിന്റെ ഓഫീസ് കോപ്പിയും

മാവേലിക്കര സംസ്ഥാന വാർഷിക പ്രതിനിധി സമ്മേളനത്തിൽ മഹാസഭയുടെ ഔദ്യോഗിക നേതൃത്വം ആയി സ്വയം ഭരണം ഏറ്റെടുത്ത ജനറൽ സെക്രട്ടറിയെ 2014 മെയ് 21 നും  2015 മാർച്ച് 10 നും ഏൽപ്പിക്കേണ്ട സ്ഥിതിയുണ്ടായി.

നിയമപരമായി ഒരിക്കലും സാധ്യമാകാത്ത ഏക സംഘടന ലയനവാദം എന്ന ആശയ പ്രചാരണത്തോടുകൂടി അഖില കേരള വിശ്വകർമ്മ മഹാസഭ ആദ്യം രണ്ടായി പിളരുകയും തുടർന്ന് മൂന്നായി പിളരുകയും ആണ് ഉണ്ടായത്. ഒന്നായി നിന്ന് സംഘടന മൂന്നായി പിളർന്നപ്പോൾ മഹാസഭയ്ക്കുണ്ടായിരുന്ന പ്രവർത്തന പാരമ്പര്യം, സംഘടനാ-സാമുദായിക താല്പര്യം, സാമ്പത്തിക അച്ചടക്കം തുടങ്ങിയവ പാടെ തകരുകയാണ് ഉണ്ടായത്. ഹൈക്കോടതി മുൻ നിർദ്ദേശിച്ച പോലെ സഭാപ്രവർത്തകർ നിയമപരമായി തെരഞ്ഞെടുപ്പിനെ നേരിടുകയും സഭയുടെ നഷ്ടപ്പെട്ട പ്രതാപം തിരിച്ചുപിടിക്കുകയും ആണ് വേണ്ടത്.

# 8. നിരക്ഷരത പാപവും നാണക്കേടുമാണ്: അത് ഇല്ലാതാക്കണം

ഒരിക്കൽ ഇന്ത്യയുടെ രാഷ്ട്രപിതാവ് മഹാത്മഗാന്ധി ഇപ്രകാരം പറഞ്ഞു "വൻതോതിലുള്ള നിരക്ഷരത ഇന്ത്യയുടെ പാപവും നാണക്കേടും ആണ്: അതിനെ ഇല്ലായ്മ ചെയ്യണം (Mass illiteracy is India's sin and shame and must be liquidated)". സത്യത്തിൽ വിവിധ സാമൂഹിക, സാംസ്കാരിക, സാമുദായിക മണ്ഡലങ്ങളിൽ ജീവിക്കുന്ന എല്ലാ ജനവിഭാഗങ്ങൾക്കും ഈ 'ചിന്ത' ബാധകമാണ്. തങ്ങൾക്കു ചുറ്റും നടക്കുന്നത് എന്താണ്, തങ്ങളെ നയിക്കുന്നവർ പറയുന്നത് ശരിയാണോ തെറ്റാണോ എന്ന് തിരിച്ചറിയാനുള്ള സാമൂഹിക ബോധം വ്യക്തിപരമായി സ്വയം വളർത്തിയെടുക്കേണ്ട ശീലമാണ്.

മഹാസഭയെ സംബന്ധിച്ചിടത്തോളം സാധാരണ സമുദായ അംഗങ്ങൾക്ക് നിയമത്തിലും നിയമാവലിയിലും അറിവില്ല എന്ന ഒറ്റക്കാരണത്തിന്റെ പഴുത് ഉപയോഗിച്ച് ചില നേതാക്കന്മാർ അവരെ ചൂഷണം ചെയ്യുന്നു എന്ന് വേണം കരുതാൻ. തങ്ങളെ നയിക്കുന്നവരുടെ സ്ഥാപിത താൽപര്യങ്ങൾ മനസ്സിലാക്കാതെ അവരെ അന്ധമായി വിശ്വസിക്കുമ്പോൾ, 'സത്യം' തിരിച്ചറിയാതെ പോകുക എന്നത് സ്വാഭാവികമാണ്.

വിവിധ വിശ്വകർമ്മ സംഘടനകൾ അഖില കേരള വിശ്വകർമ്മ മഹാസഭയിൽ നിരുപാധികം ലയിച്ച് പുതിയൊരു ഏകസംഘടന ഉണ്ടാകുന്നത് വിശ്വകർമ്മജരെ സംബന്ധിച്ചിടത്തോളം നല്ല കാര്യമാണ്. എന്നാൽ ഏകസംഘടനയ്ക്ക് ജനറൽ സെക്രട്ടറി എം. വി. രാജഗോപാലൻ എതിരുനിന്നു എന്നുള്ള ആരോപണമാണ് ചിലർ ഉന്നയിച്ചത്.

നിയമപരമായ എല്ലാ നടപടി ക്രമങ്ങളും പാലിച്ച് മറ്റു സംഘടനകളുടെ ആസ്തി-ബാധ്യതകൾ തിട്ടപ്പെടുത്തി അഖില കേരള വിശ്വകർമ്മ മഹാസഭയിൽ നിരുപാധികം ലയിക്കുന്നതിന് ശരിയായ രീതിയിൽ ലയന നടപടികൾ നടക്കാതിരിക്കുകയും ലയനത്തിനു മുൻകൈയെടുത്ത മറ്റു നേതാക്കൾ സമുദായ പ്രവർത്തകരെ തെറ്റിദ്ധരിപ്പിക്കുന്ന സാഹചര്യവും സംജാതമായപ്പോളാണ് മഹാസഭയുടെ ജനറൽ സെക്രട്ടറി എന്ന നിലയിൽ എം. വി. രാജഗോപാലൻ ഇതിനെതിരെ നിയമപരമായി മുന്നോട്ടു പോയത്.

കേരളത്തിൽ നിരവധി സ്ഥാപനങ്ങൾ നോൺ-ട്രേഡിങ് കമ്പനി ആക്റ്റ്, ചാരിറ്റബിൾ സൊസൈറ്റീസ് ആക്റ്റ് അനുസരിച്ച് രജിസ്റ്റർ ചെയ്തിട്ടുണ്ട്. വിഭിന്ന രജിസ്ട്രേഷൻ ആക്റ്റ് പ്രകാരം രജിസ്റ്റർ ചെയ്ത രണ്ടോ അതിലധികമോ സംഘടനകൾ ഒരുമിച്ച് ലയിച്ച് ഒറ്റ സംഘടന ഉണ്ടാകുമ്പോൾ അതിനുള്ള നിയമനടപടി ക്രമങ്ങൾ വളരെ സങ്കീർണ്ണത ഏറിയതാണ്. അങ്ങനെ ഒരു ഏകസംഘടന പ്രായോഗിക തലത്തിൽ നിലവിൽ വരാൻ കാലതാമസമെടുക്കും. എന്നാൽ ഈ പ്രക്രിയയുടെ നിയമപരമായ വശങ്ങൾ മനസ്സിലാക്കാതെ ഏക സംഘടന ഉണ്ടായി എന്ന് വിശ്വസിച്ചിടത്താണ് അഖില കേരള വിശ്വ

കർമ്മ മഹാസഭയിലെ ഒരു വിഭാഗം സമുദായ പ്രവർത്തകർക്ക് അംഗീകാരമില്ലാത്ത കെ. വി. എസ്. എന്ന സംഘടനയെ പിന്തുണക്കേണ്ടി വന്നത്: അതും ചില സമുദായനേതാക്കളുടെ രാഷ്ട്രീയ-സാമ്പത്തിക വ്യക്തി താല്പര്യങ്ങൾക്ക് വേണ്ടി: മറിച്ച് സമുദായ ഉന്നമനത്തിനോ സംഘടനാ ലക്ഷ്യങ്ങൾക്കോ വേണ്ടിയായിരുന്നില്ല.

കേരളത്തിലെ വിവിധ വിശ്വകർമ്മ സംഘടനകൾ, ശാഖകൾ, കുടുംബ ട്രസ്റ്റുകൾ, സൊസൈറ്റികൾ എന്നിവയ്ക്ക് തലമുറകളായി സ്വായത്തമാക്കിയ കോടിക്കണക്കിന് രൂപയുടെ മൂല്യമുള്ള സ്ഥാവര-ജംഗമ സ്വത്തുക്കൾ ഉണ്ട്. എന്നാൽ ഇവ ഉൽപ്പാദനക്ഷമത ഇല്ലാതെ, വരുമാനം വർദ്ധകം അല്ലാതെ, വരുമാനമില്ലാതെ നിശ്ചലമായിരിക്കുന്നു. ഇങ്ങനെയുള്ള സ്വത്തുക്കൾ ഒരു സംഘടനയുടെ കീഴിൽ കൃത്യമായ വ്യവസ്ഥാപിത മാർഗ്ഗത്തിലൂടെ ആധുനിക മാനേജ്മെന്റ് കീഴിൽ പ്രവർത്തിപ്പിക്കാനായാൽ വിശ്വകർമ്മജർക്ക് വ്യവസായം, സ്കൂളുകൾ, ശാസ്ത്ര-സാങ്കേതിക സ്ഥാപനങ്ങൾ, പരിശീലന കേന്ദ്രങ്ങൾ, ആശുപത്രികൾ, വരുമാനമുണ്ടാക്കുന്ന മറ്റ് സേവനമേഖലകൾ എന്നിവയെല്ലാം തുടങ്ങാൻ കഴിയും.

തൊഴിൽ നൈപുണ്യമുള്ള, തൊഴിൽ രംഗത്ത് വർഷങ്ങളുടെ സാങ്കേതിക പരിചയമുള്ള, വർഗ്ഗബോധമുള്ള ധാരാളം വിശ്വകർമ്മജർ സ്വദേശത്തും വിദേശത്തും ജോലി ചെയ്യുന്നു. ഇങ്ങനെയുള്ള മൂലധന, മാനേജ്മെന്റ്, തൊഴിൽ സ്രോതസ്സുകളെ ഒരു സംഘടനയുടെ ഉത്തരവാദിത്വത്തിൽ സ്വരൂപിക്കാൻ കഴിഞ്ഞാൽ വിശ്വകർമ്മജർക്ക് ഈ നാട്ടിൽ വലിയ

അത്ഭുതങ്ങൾ സൃഷ്ടിക്കാൻ കഴിയും. അനേകായിരം വിശ്വകർമ്മജർക്ക് തൊഴിൽ നൽകുക വഴി അവരുടെ കുടുംബങ്ങളുടെയും സാമൂഹ്യ-സാമ്പത്തിക വർഗപരമായ പുരോഗതിയും കുട്ടികൾക്ക് ഉയർന്ന വിദ്യാഭ്യാസവും അവരുടെ അഭിരുചിക്കനുസരിച്ച് തൊഴിൽ മേഖല കണ്ടെത്താനും കഴിയും.

## മഹാസഭയുടെ നിയമാവലി: കൂട്ടുയാദാസ്തുവും കൂട്ടുനിബന്ധനയും

അഖില കേരള വിശ്വകർമ്മ മഹാസഭയും അതിന്റെ കീഴിൽ രജിസ്റ്റർ ചെയ്യത് പ്രവർത്തിക്കുന്ന യൂണിയനുകൾക്കും ശാഖകൾക്കും വ്യക്തമായ നിയമാവലികൾ ഉണ്ട്. വിശ്വകർമ്മ മഹാസഭക്ക് വേണ്ടി എഴുതി അംഗീകരിക്കപ്പെട്ടിട്ടുള്ള നിയമാവലിക്ക് രണ്ടു ഭാഗങ്ങൾ ഉണ്ട്. **ആർട്ടിക്കിൾസ് ഓഫ് അസോസിയേഷൻ** (Articles of Association) **അഥവാ കൂട്ടുയാദാസ്തുവും. മെമ്മോറാണ്ടം ഓഫ് അസോസിയേഷൻ** (Memorandum of Association) **അഥവാ കൂട്ടുനിബന്ധനയും.**

കൂട്ടുയാദാസ്തുവിൽ 9 വകുപ്പുകളും മൂന്നാം വകുപ്പിന്റെ 13 ഉപവകുപ്പുകളുമാണ് ചേർത്തിട്ടുള്ളത്. കൂട്ടുനിബന്ധനകളിൽ 66 വകുപ്പുകളും ചില വകുപ്പുകളുടെ ഉപവകുപ്പുകളും ഉൾക്കൊള്ളിച്ചിട്ടുണ്ട്. നിബന്ധനകൾ ഏതെങ്കിലും വകുപ്പുകൾക്ക് മാറ്റം വരുത്തുന്നതിന് സംഘടനയുടെ ജനറൽ ബോഡിക്ക് അധികാരമുണ്ട്. സാധാരണ സാഹചര്യത്തിൽ കൂട്ടു

യാദാസ്തുവിൽ മാറ്റം വരുത്തുക വളരെ ബുദ്ധി മുട്ടാണ്.

നോൺ-ട്രേഡിങ് കമ്പനികളുടെ കാര്യത്തിൽ കേരള നിയമസഭയിലോ ഇന്ത്യൻ പാർലമെന്റിലോ പ്രത്യേക ബിൽ അവതരിപ്പിച്ച് പാസാക്കുന്ന മുറയ്ക്ക് നോൺ-ട്രേഡിങ് കമ്പനി രജിസ്ട്രാറുടെ അനുമതിയോടെ സഭയുടെ ജനറൽ ബോഡിക്ക് കൂട്ടിയാദാസ്തുവിൽ സ്ഥിതിയിൽ മാറ്റം വരുത്താൻ കഴിയും എന്നാണ് കരുതുന്നത്. കൂട്ടുനിബന്ധനയിലെ വകുപ്പ് 45, 47 എടുത്തു പറയേണ്ടത് ആകുന്നു.

## മഹാസഭയുടെ ഘടന

നിയമാവലി അനുസരിച്ചു അഖില കേരള വിശ്വകർമ്മ മഹാസഭയുടെ ഘടന ശാഖ, യൂണിയൻ, ഡയറക്ടർ ബോർഡ് എന്നിങ്ങനെയാണ്.

**ശാഖ:** ഒരു പ്രദേശത്ത് ശാഖ രൂപീകരിക്കുന്നതിന് കുറഞ്ഞത് 20 അംഗങ്ങൾ ഉണ്ടായിരിക്കണം. പ്രസിഡന്റ്, വൈസ് പ്രസിഡന്റ്, സെക്രട്ടറി, ജോയിന്റ് സെക്രട്ടറി, ഖജാൻജി എന്നിവർ അടങ്ങിയ ഭരണ സമിതിയെ തെരഞ്ഞെടുക്കുകയും വേണം. ശാഖയുടെ വാർഷിക പൊതുയോഗത്തിൽ വെച്ച് 10 ശാഖാംഗങ്ങൾക്ക് ഒരാൾ എന്ന രീതിയിൽ യുണിയനിലേക്കുള്ള പ്രതിനിധിയെ തെരഞ്ഞെടുക്കണം. ഇത്തരത്തിൽ 20 അംഗങ്ങൾ ഉള്ള ഒരു ശാഖയിൽ നിന്ന് യൂണിയനിലേക്കു തെരഞ്ഞെടുക്കപ്പെടുന്ന ആൾ ഒന്നാമത്തെ യൂണിയൻ പ്രതിനിധിയും ശാഖാ സെക്രട്ടറി രണ്ടാമത്തെ യൂണിയൻ പ്രതിനിധിയും ആണ്. ഈ പ്രതിനിധികളാണ് സഭയുടെ വോ

ട്ടർമാർ. ശാഖയിൽ അംഗങ്ങൾ കൂടുന്നതിനനുസരി ച്ചു ഓരോ 10 അംഗങ്ങൾക്കും ഓരോ പ്രതിനിധി എന്ന കണക്കിൽ വോട്ടർമാരുടെ എണ്ണവും കൂടുന്ന താണ്. പോഷക സംഘടനകളുടെ പ്രതിനിധിയെ കൂടി ശാഖാ ഭരണസമിതിയിൽ ഉൾപ്പെടുത്തണം.

**യൂണിയൻ:** റവന്യൂ താലൂക്ക് അടിസ്ഥാനത്തിലാണ് യൂണിയൻ രൂപീകരിക്കുന്നത്. ഏറ്റവും കുറഞ്ഞത് 5 ശാഖകൾ ഉണ്ടെങ്കിൽ മാത്രമേ ഒരു യൂണിയൻ രൂ പീകരിക്കാൻ സാധിക്കുകയുള്ളു. യൂണിയനിലെ അംഗങ്ങൾ യാഥാർത്ഥത്തിൽ ശാഖകളാണ്. യൂ ണിയൻ ഭരിക്കുന്ന സമിതിയിൽ 15 അംഗങ്ങളു ണ്ടായിരിക്കും. ഇവിടെയും പ്രസിഡന്റ്, വൈസ് പ്ര സിഡന്റ്, സെക്രട്ടറി, ജോയിന്റ് സെക്രട്ടറി, ഖജാൻ ജി എന്നിവരെ കൂടാതെ 10 കമ്മിറ്റി അംഗങ്ങൾ കൂടി അടങ്ങിയ യൂണിയൻ ഭരണ സമിതിയെ തെര ഞ്ഞെടുക്കണം.

യൂണിയൻ അംഗങ്ങളിൽ നിന്ന് തെരെഞ്ഞെടുക്ക പെടുന്നവരാണ് **ഡയറക്ടർ ബോർഡി**ലേക്കുള്ള പ്ര തിനിധികൾ. ഡയറക്ടർ ബോർഡ് മെമ്പറന്മാരും ഇ വരെ കൂടാതെ പോഷക സംഘടനകളുടെ യൂണിയ നുകൾ ഉണ്ടെങ്കിൽ അവരുടെ ഓരോ പ്രതിനിധി കൂടി ഉൾപ്പെടുന്നതാണ് യൂണിയൻ ഭരണ സമിതി.

യൂണിയനിൽ നിന്ന് തെരഞ്ഞെടുക്കപ്പെട്ടു വരുന്ന ഡയറക്ടർ ബോർഡ് മെമ്പർമാരുടെ ആദ്യ യോഗ ത്തിലാണ് **കൗൺസിലി**ലേക്കുള്ള 8 പ്രതിനിധികളെ തെരഞ്ഞെടുക്കുന്നത്. ഈ പ്രതിനിധികൾ സം സ്ഥാന ഭരണ സമിതിയിൽ അംഗങ്ങൾ ആയിരി ക്കും.

**ഡയറക്ടർ ബോർഡ്**: അഖില കേരള വിശ്വകർമ്മ മഹാസഭയുടെ ഭരണം നിക്ഷിപ്തമായിരിക്കുന്നതും നിയന്ത്രിക്കപെടുന്നതും ഡയറക്ടർ ബോർഡിലാണ്. ഒരു യൂണിയനിൽ ഉള്ള ശാഖകളുടെ എണ്ണം അനുസരിച്ചാണ് ഡയറക്ടർ ബോർഡ് മെമ്പർമാരെ തെരഞ്ഞെടുക്കുന്നത്. ആദ്യത്തെ 20 ശാഖകൾക്ക് ഒരു ഡയറക്ടർ ബോർഡ് മെമ്പർ, പിന്നെയുള്ള ഓരോ 10 ശാഖകൾക്കും ഓരോ ഡയറക്ടർ ബോർഡ് മെമ്പർമാരെ വീതം തെരഞ്ഞെടുക്കും. ഡയറക്ടർ ബോർഡിലെ അംഗങ്ങളുടെ എണ്ണം 21 ൽ കുറയാതെയും 101 ൽ കൂടാതെയും നിജപ്പെടുത്തണം. സഭയുടെ പ്രവർത്തനസൗകര്യത്തിനു ആവശ്യമെന്നു കണ്ടാൽ ജില്ലാ സമിതി രൂപീകരിക്കുന്നതിന് ഡയറക്ടർ ബോർഡിന് അധികാരം ഉണ്ട്.

ഡയറക്ടർ ബോർഡ് മെമ്പർമാരും കൗൺസിൽ അംഗങ്ങളും ഉൾപ്പെടെ വോട്ടവകാശമുള്ള എല്ലാ ശാഖാപ്രതിനിധികളും ഉൾപ്പെടുന്നതാണ് **സംസ്ഥാന പ്രതിനിധി സഭ അഥവാ ജനറൽ ബോഡി.**

മഹാസഭയുടെ ജനറൽ ബോഡിയാണ് **സംസ്ഥാന ഭരണ സമിതിയിലേക്കുള്ള** പ്രസിഡന്റ്, 2 വൈസ് പ്രസിഡന്റ്മാർ, ജനറൽ സെക്രട്ടറി, 2 സെക്രട്ടറിമാർ, ഖജാൻജി എന്നിവരെ നേരിട്ടുള്ള വോട്ടെടുപ്പിലൂടെ തെരഞ്ഞെടുക്കുന്നത്. ഡയറക്ടർബോർഡ് മെമ്പർമാരുടെ ആദ്യ യോഗത്തിൽ തെരെഞ്ഞെടുക്കപ്പെട്ട കൗൺസിൽ അംഗങ്ങളും സംസ്ഥാന ഭാരവാഹികളും ചേർന്നതാണ് സംസ്ഥാന ഭരണ സമിതി.

# വകുപ്പ് 45: പ്രസിഡന്റിന്റെ അധികാരങ്ങൾ

1. സഭയുടെ പ്രധാന ഭരണകർത്താവ് പ്രസിഡന്റ് ആയിരിക്കും. 2. സഭയുടെ എല്ലാ യോഗങ്ങളിലും അധ്യക്ഷത വഹിക്കണം. 3. ജനറൽ സെക്രട്ടറിയുടെ അഭാവത്തിലോ നിയമാനുസരണം ജനറൽ സെക്രട്ടറി യോഗം വിളിച്ചു കൂടാതിരിക്കുകയോ ചെയ്യുന്ന അവസരത്തിൽ കൗൺസിലോ ബോർഡോ പൊതു യോഗങ്ങളോ വിളിച്ചുകൂട്ടാൻ പ്രസിഡന്റിന് അധികാരമുണ്ടായിരിക്കും. 4. കൗൺസിലിലോ, ബോർഡിലോ വരുന്ന പരാതികൾ, അപേക്ഷകൾ, അപ്പീലുകൾ, എന്നിവകളിൽ ബോർഡോ കൗൺസിലോ കൂടി തീരുമാനമെടുക്കുന്നതിനു മുമ്പായി ആവശ്യമെന്ന് തോന്നുന്ന ഉത്തരവ് നൽകുന്നതിന് പ്രസിഡന്റിന് അധികാരം ഉണ്ടായിരിക്കുന്നതാണ്. 5. സഭയുടെ ഓഫീസും സഭയുടെ മറ്റു സ്ഥാപനങ്ങളുടെ ഓഫീസും പരിശോധിച്ചു നിർദ്ദേശങ്ങൾ നൽകുക, കണക്കുകൾ പരിശോധിച്ച് നിർദ്ദേശങ്ങൾ നൽകുക, കണക്കുകൾ പരിശോധിച്ച് നീക്കിയിരിപ്പ് തിട്ടപ്പെടുത്തുക, സഭയ്ക്കുവേണ്ടി സ്ഥാവര-ജംഗമ വസ്തുക്കൾ വാങ്ങുക, വിൽക്കുക, ശിക്ഷണ നടപടികളുടെ പ്രാരംഭമായി അന്വേഷണത്തിന് വിധേയനായിരിക്കുന്ന ഒരു അംഗത്തെയോ ഉദ്യോഗസ്ഥനേയോ സസ്പെൻഡ് ചെയ്യുക, നീക്കം ചെയ്യുക, മറ്റു ശിക്ഷകൾ നൽകുക, കൗൺസിൽ, ബോർഡ് തീരുമാനപ്രകാരം ബാങ്കിൽ നിന്ന് പണം പിൻവലിക്കുന്നതിന് ഖജാൻജി എഴുതുന്ന ചെക്കുകളിൽ ഒപ്പി

ടുക, ജില്ലാ സമിതികളുടെയും യൂണിയനുകളുടെയും യോഗങ്ങളിൽ അധ്യക്ഷത വഹിക്കുകയും അവകളുടെ ഓഫീസുകൾ പരിശോധിച്ച് നിർദ്ദേശം നൽകുക എന്നിവ പ്രസിഡന്റിന്റെ ചുമതലയിൽപെടുന്നതാണ്. 6. പ്രസിഡന്റ് അധ്യക്ഷത വഹിക്കുന്ന യോഗങ്ങളിൽ സ്വന്തം വോട്ടിന് പുറമേ കാസ്റ്റിംഗ് വോട്ട് ഉണ്ടായിരിക്കുന്നതാണ്. 7. സഭ വക എല്ലാ വിദ്യാലയങ്ങളുടെയും മാനേജർ പ്രസിഡന്റ് ആയിരിക്കുന്നതാണ്.

സഭാ പ്രസിഡന്റിന് നിയമാവലി കല്പിച്ചു നൽകിയിട്ടുള്ള അധികാരങ്ങളെക്കാൾ കൂടുതൽ അധികാരങ്ങളും ഉത്തരവാദിത്വങ്ങളും വലിയ ചുമതലകളും ആണ് ജനറൽ സെക്രട്ടറിയ്ക്ക് നൽകിയിട്ടുള്ളത്. ജനറൽ സെക്രട്ടറിയുടെ അധികാരങ്ങളും ആയി തട്ടിച്ചു നോക്കുമ്പോൾ പ്രസിഡന്റിന്റെ അധികാരങ്ങൾ കേവലമാകുന്നു.

## വകുപ്പ് 47: ജനറൽ സെക്രട്ടറിയുടെ അധികാരങ്ങൾ

1. പൊതുയോഗങ്ങളും ബോഡിയോഗങ്ങളും കൗൺസിൽ യോഗങ്ങളും വിളിച്ചു കൂട്ടുക. 2. സഭാ സംബന്ധമായ എല്ലാ എഴുത്തുകുത്തുകളും നടത്തുക, കണക്കുകളും റെക്കോർഡുകളും എഴുതി സൂക്ഷിക്കുക. 3. ഓരോ മാസത്തെയും കണക്ക് പരിശോധനയ്ക്ക് വിധേയമാക്കി അടുത്ത കൗൺസിലിൽ വയ്ക്കുക, കൗൺസിൽ അംഗീകരിക്കുന്ന കണക്കുകൾ ബോർഡിൽ അവതരിപ്പിക്കാൻ റിപ്പോർട്ടുകൾ വയ്ക്കുക. 4. വരവുകൾക്ക് രസീത് നൽകുക, ചെലവുകൾക്ക് വൗച്ചർ വാങ്ങി സൂക്ഷി

ക്കുക, യൂണിയനുകളുടെയും ജില്ലാ സമിതികളുടെയും വാർഷിക തെരഞ്ഞെടുപ്പ് യോഗങ്ങളിൽ അധ്യക്ഷത വഹിക്കുക, അവയുടെയും ഉപസംഘടനകളുടെയും ഓഫീസുകൾ ഓഡിറ്റ് ചെയ്ത് ബാലൻസ്ഷീറ്റ് തയ്യാറാക്കി കൊടുക്കുക. 5. യൂണിയനുകളുടെയും ജില്ലാ സമിതികളുടെയും ഓഫീസുകൾ പരിശോധിക്കുക, നിർദ്ദേശങ്ങൾ നൽകുക 6. അംഗങ്ങളെ രജിസ്റ്ററിൽ ചേർത്ത് സർട്ടിഫിക്കറ്റ് നൽകുക. 7. ശാഖകൾ, യൂണിയനുകൾ, ജില്ലാ സമിതികൾ എന്നിവയ്ക്ക് രജിസ്ട്രേഷൻ സർട്ടിഫിക്കറ്റ് നൽകുക. 8. ഓഫീസ് ജീവനക്കാർക്ക് അവധി നൽകുക. 9. ബഡ്ജറ്റും വാർഷിക റിപ്പോർട്ടും ബാലൻസ് ഷീറ്റും കൗൺസിലിലും ബോർഡിലും വാർഷിക പൊതുയോഗത്തിലും അവതരിപ്പിക്കുക. 10. കൗൺസിൽ, ബോർഡ് ചുമതലപ്പെടുത്തുന്ന മറ്റു കൃത്യങ്ങൾ ചെയ്യുക, ഇവ ജനറൽ സെക്രട്ടറിയുടെ സാമാന്യ ചുമതലകൾ ആകുന്നു. 11. ശാഖകളിൽ നിന്നോ യൂണിയനുകളിൽ നിന്നോ ജില്ലാ സമിതികളിൽ നിന്നോ നിയമാനുസരണം വ്യക്തികളിൽ നിന്നോ ലഭിക്കുന്ന പരാതികൾ സംബന്ധിച്ച് പ്രാരംഭ അന്വേഷണങ്ങൾ നടത്തി കൗൺസിലിലോ, ബോർഡിലോ വയ്ക്കുക, കുറ്റക്കാരെന്നു തോന്നുന്നവരുടെ പേരിൽ ശിക്ഷണ നടപടി സ്വീകരിക്കുക. 12. 250 രൂപയിൽ കവിഞ്ഞുള്ള സഭയുടെ നീക്കിയിരുപ്പ് തുക ഖജാൻജി മുഖാന്തിരം സഭയുടെ ബാങ്ക് അക്കൗണ്ടിൽ സൂക്ഷിക്കുക, ഇവയും ജനറൽ സെക്രട്ടറിയുടെ കൃത്യങ്ങളിൽ പെടുന്നു.

പുതുതായി നേതൃസ്ഥാനത്ത് വരുന്നവർക്കും ആത്മാർത്ഥമായി മുഴുവൻ സമയ സമുദായ പ്രവർത്തനം നടത്തുന്നവർക്കും മാന്യമായ പ്രതിഫലം നൽ

കണം. അതുപോലെ നേതൃത്വത്തിൽ വരുന്ന പ്രസിഡന്റ്, ജനറൽ സെക്രട്ടറി, സെക്രട്ടറി തുടങ്ങിയവർ മുഖേന ഉണ്ടാകുന്ന സാമ്പത്തിക ബാധ്യതയ്ക്ക് അവരിൽ നിന്നും പണം തിരികെ ഈടാക്കുന്നതിന് ശക്തമായ വ്യവസ്ഥകൾ രൂപവത്കരിക്കണം.

വസ്തുതകൾ മനസ്സിലാക്കി, സ്വയം തെറ്റുകൾ തിരുത്തി, സാമൂഹ്യ-സംഘടനാ രംഗത്ത് പക്വതയോടെ പ്രവർത്തിക്കാനും മറ്റുള്ളവരെ സഹോദരങ്ങളായി പരിഗണിക്കാനും സാമ്പത്തിക ചൂഷണം അവസാനിപ്പിക്കാനും ഓരോ സമുദായ പ്രവർത്തകനും കഴിയണം. എങ്കിൽ മാത്രമേ മഹാസഭയുടെ മുന്നോട്ടുള്ള പ്രയാണത്തിന് ശക്തി പകരുകയുള്ളൂ.

അഖില കേരള വിശ്വകർമ്മ മഹാസഭയുടെ ജനറൽ സെക്രട്ടറി എന്ന നിലയിൽ എം. വി. രാജഗോപാലൻ സംഘടനയുടെ രജിസ്ട്രേഷനും പാരമ്പര്യവും സ്വത്തും നിലനിർത്തുന്നതിനു വേണ്ടി നിയമാനുസരണം തെരഞ്ഞെടുപ്പ് നടത്തി റിട്ടേൺസ് സമർപ്പിക്കുകയാണ് തന്റെ ലക്ഷ്യമെന്നും അതിനു വേണ്ടിയാണ് നിയമ പോരാട്ടങ്ങൾ നടത്തിയതെന്നും വ്യക്തമാക്കിയിട്ടുണ്ട്.

# 9. പോഷക സംഘടനകളും പ്രവർത്തനങ്ങളും

അഖില കേരള വിശ്വകർമ്മ മഹാസഭ കാലാകാല ങ്ങളായി തൊഴിലിന്റെയും ലിംഗത്തിന്റെയും പ്രായ ത്തിന്റെയും അടിസ്ഥാനത്തിൽ വിവിധ പോഷക സംഘടനകൾ രൂപീകരിച്ചിട്ടുണ്ട്. മഹാസഭയുടെ ല ക്ഷ്യങ്ങൾ, പ്രവർത്തനങ്ങൾ, പ്രവർത്തന ശൈലി കൾ എന്നിവ ഏറ്റവും താഴെക്കിടയിലുള്ള സമുദായ പ്രവർത്തകരിൽ പോലും എത്തിക്കാൻ പോഷക സംഘടനകളുടെ അകമഴിഞ്ഞ പ്രവർത്തനത്തിലൂ ടെ സഹായകരമായിട്ടുണ്ട്. എല്ലാ പോഷക സംഘട നകളുടെയും സംസ്ഥാന പ്രസിഡന്റുമാർക്ക് 1981 മുതൽ മഹാസഭയുടെ ഉന്നതഭരണ സമിതികളായ കൗൺസിലിലും ഡയറക്ടർ ബോർഡിലും ജനറൽ സെക്രട്ടറിമാർക്ക് ഡയറക്ടർ ബോർഡിലും പ്രാതിനി ധ്യം കൊടുത്തിട്ടുണ്ട്.

കേരളത്തിലെ വിശ്വകർമ്മ സമുദായത്തിലെ പരമ്പ രാഗത തൊഴിലാളികളുടെ താൽപര്യ സംരക്ഷണ ത്തിനായി മഹാസഭയുടെ പോഷക ഘടകം എന്ന നിലയിൽ **കേരള ആർട്ടിസാൻസ് യൂണിയൻ, കേരള ആർട്ടിസാൻസ് അസോസിയേഷനും** രൂപീകരി ച്ചിട്ടുണ്ട്. വിശ്വകർമ്മ സ്ത്രീകളുടെ ക്ഷേമത്തിനായി **കേരള ആർട്ടിസാൻസ് മഹിളാ സമാജവും** വിശ്വ കർമ്മ യുവതി-യുവാക്കളെ വിവിധ മേഖലകളിൽ പ്രോത്സാഹിപ്പിക്കുന്നതിനായി **വിശ്വകർമ്മ ആർട്ടി സാൻസ് യുവജന ഫെഡറേഷനും** ഓരോ കാലഘ ട്ടത്തിൽ രൂപം കൊണ്ടു.

# കേരള ആർട്ടിസാൻസ് യൂണിയൻ

പരമ്പരാഗത തൊഴിൽ മേഖലകളായ കൈത്തറി, കയർ, കശുവണ്ടി തൊഴിലാളികളുടെ ക്ഷേമം ലക്ഷ്യമാക്കി 1967ൽ കേരളത്തിൽ അധികാരത്തിൽ വന്ന സർക്കാർ ക്ഷേമ കോർപ്പറേഷനുകൾക്ക് രൂപം നൽകി. വിശ്വകർമ്മ സമുദായത്തിലെ പരമ്പരാഗത തൊഴിലാളികളുടെ ഉന്നമനത്തിനും ക്ഷേമത്തിനും ഒരു തൊഴിൽ സംഘടന ആവശ്യമാണെന്ന് ബോധ്യപ്പെട്ടതിന്റെ അടിസ്ഥാനത്തിലാണ് മഹാസഭയുടെ നേതൃത്വത്തിലും ഒരു സ്വതന്ത്ര തൊഴിൽ സംഘടന വേണമെന്ന ആവശ്യം ഉയർന്നുവന്നത്. തുടർന്ന് 1969-ലാണ് സഭയുടെ പോഷക സംഘടന എന്ന നിലയിൽ കേരള ആർട്ടിസാൻസ് യൂണിയന് മഹാസഭ ഡയറക്ടർ ബോർഡ് രൂപം നൽകിയത്.

മഹാസഭയുടെ പ്രസിഡന്റ് ആയിരുന്ന അഡ്വ. പി. സരസപ്പൻ (ചിറയിൻകീഴ്) പ്രസിഡന്റായും ടി. കെ. രാഘവൻ (ചെങ്ങന്നൂർ) ജനറൽ സെക്രട്ടറിയായും 1970 ൽ കേരള ആർട്ടിസാൻസ് യൂണിയൻ സംഘടനാ പ്രവർത്തനം ആരംഭിച്ചു. മഹാസഭയുടെ 1972ൽ നടന്ന വാർഷിക സമ്മേളനത്തെ തുടർന്ന് മഹാസഭ നേതൃത്വവുമായി ഭിന്നാഭിപ്രായം ഉണ്ടായ അഡ്വ. പി. സരസപ്പൻ കേരള ആർട്ടിസാൻസ് യൂണിയനെ സഭയുടെ നിയന്ത്രണത്തിൽ നിന്നും മാറ്റി ഒരു സ്വതന്ത്ര സംഘടനയായി നിലനിർത്താൻ തീരുമാനിച്ചു. എന്നാൽ പിന്നീട് അദ്ദേഹം കേരള ആർട്ടിസാൻസ് യൂണിയനെ സെന്റർ ഓഫ് ഇന്ത്യ ട്രേഡ് യൂണിയനിൽ (C. I. T. U.) അഫിലിയേറ്റ് ചെയ്തു.

# കേരള ആർട്ടിസാൻസ് അസോസിയേഷൻ

അഖില കേരള വിശ്വകർമ്മ മഹാസഭയുടെ നേരിട്ടുള്ള നിയന്ത്രണത്തിൽ ഉണ്ടായിരുന്ന തൊഴിൽ സംഘടന നഷ്ടപ്പെട്ടതിനെ തുടർന്ന് പുതിയ തൊഴിൽ സംഘടന രൂപീകരിക്കാനുള്ള ശ്രമങ്ങൾ മഹാസഭ തുടങ്ങി. കേരള ആർട്ടിസാൻസ് അസോസിയേഷൻ എന്നപേരിൽ പുതിയ തൊഴിൽ സംഘടനയ്ക്ക് മഹാസഭ ഡയറക്ടർ ബോർഡ് രൂപം നൽകി. അഡ്വ. എൻ. രാജഗോപാലൻ പ്രസിഡന്റായും ഇറഞ്ഞാൽ എൻ. പി. രാഘവനാചാരി ജനറൽ സെക്രട്ടറിയായും സംഘടന പ്രവർത്തനമാരംഭിച്ചു.

മഹാസഭയുടെ നേതൃത്വത്തിൽ 1973 ആഗസ്റ്റ് 21 മുതൽ 1974 മാർച്ച് 1 വരെ സെക്രട്ടറിയേറ്റ് പടിക്കൽ 193 ദിവസങ്ങൾ നീണ്ടുനിന്ന സത്യാഗ്രഹ സമരത്തിൽ കേരള ആർട്ടിസാൻസ് അസോസിയേഷന്റെ നിറസാന്നിധ്യം ഉണ്ടായിരുന്നു. ഇതിനിടെ നിരവധി ഭാരവാഹികൾ മാറിമാറി വന്നെങ്കിലും 1986 സെപ്റ്റംബർ 11 നാണ് കേരള ആർട്ടിസാൻസ് അസോസിയേഷനെ ട്രേഡ് യൂണിയൻ ആക്ട് അനുസരിച്ച് 357/86/t.u. നമ്പറായി രജിസ്റ്റർ ചെയ്തത്. ട്രേഡ് യൂണിയൻ ആയി മാറിയതിനു ശേഷം അസോസിയേഷന്റെ പ്രസിഡന്റായി എം. കെ. ഹരിദാസും (പാലാ) സെക്രട്ടറിയായി കെ. സോമനും (തിരുവനന്തപുരം) തെരഞ്ഞെടുക്കപ്പെട്ടു.

1990 ൽ പ്രവർത്തനമാരംഭിച്ച കേരള നിർമ്മാണ തൊഴിലാളി ക്ഷേമനിധി ഉൾപ്പെടെയുള്ള ക്ഷേമനിധികളിൽ തൊഴിൽ പരിചയ സർട്ടിഫിക്കറ്റ് നല്കു

ന്നതിനുള്ള അവകാശം നേടിയെടുക്കുന്നതിന് നിരവധി നിയമപോരാട്ടങ്ങൾ അസോസിയേഷന്റെ നേതൃത്വത്തിൽ നടത്തി. തൊഴിൽ പരിചയ സർട്ടിഫിക്കറ്റ് നൽകുന്നതിനുള്ള അധികാരം കേരള ആർട്ടിസാൻസ് അസോസിയേഷൻ ജനറൽ സെക്രട്ടറിയ്ക്ക് നൽകിക്കൊണ്ട് 1994 ജനുവരി 29 ന് സർക്കാർ വിജ്ഞാപനം പുറപ്പെടുവിച്ചു.

സംസ്ഥാനത്തെ വിവിധ ക്ഷേമനിധി അംഗങ്ങളെ ചേർക്കുന്നതിനും അംഗത്വം പുതുക്കുന്നതിനും തൊഴിൽ പരിചയ സർട്ടിഫിക്കറ്റ് നൽകുന്നതിനുമുള്ള അധികാരം 1996 സർക്കാർ കേരള ആർട്ടിസാൻസ് അസോസിയേഷൻ ജനറൽ സെക്രട്ടറി നൽകിയിരുന്ന പ്രസ്തുത അധികാരം 2016 ജില്ലാ സെക്രട്ടറിമാർക്ക് നൽകിക്കൊണ്ട് അധികാര വികേന്ദ്രീകരണം നടത്താൻ അസോസിയേഷന്റെ സംസ്ഥാന കമ്മിറ്റി തീരുമാനിച്ചു. പാലക്കാട്, കാസർഗോഡ് എന്നീ ജില്ലകളിൽ ഒഴിച്ച് 12 ജില്ലകളിലും കേരള ആർട്ടിസാൻസ് അസോസിയേഷന്റെ പ്രവർത്തനം ഭംഗിയായി നടക്കുന്നു.

കേരള നിർമാണ തൊഴിലാളി ക്ഷേമനിധി ബോർഡിന്റെ പ്രവർത്തനം കാര്യക്ഷമമാണെന്ന് മനസ്സിലാക്കി അന്നത്തെ കേന്ദ്ര സർക്കാർ അഖിലേന്ത്യാ തലത്തിൽ പദ്ധതി നടപ്പിലാക്കാൻ തീരുമാനിക്കുകയും 1996 ജനുവരി ഒന്നിന് ബിൽഡിങ് ആൻഡ് അദർ കൺസ്ട്രക്ഷൻ വർക്കേഴ്സ് വെൽഫെയർ ആക്ട് നിലവിൽ വരുത്തുകയും ചെയ്തു. ഈ നിയമത്തിന്റെ അടിസ്ഥാനത്തിൽ കേരള നിർമാണ തൊഴിലാളി ക്ഷേമനിധി ബോർഡ് 1998 മുതൽ കേരള ബിൽഡിങ് ആൻഡ് അദർ കൺസ്ട്രക്ഷൻ വർക്കേഴ്സ്

വെൽഫെയർ ബോർഡ് എന്ന പേരിൽ പ്രവർത്തന മാരംഭിച്ചു.

ആർട്ടിസാൻസ് ഡെത്ത് കം റിട്ടയർമെന്റ് സ്കീം നടപ്പിൽ വരുത്തുന്നതിന് മഹാസഭയും കേരള ആർട്ടിസാൻസ് അസോസിയേഷനും ഒരുമിച്ച് പരിശ്രമിച്ചു. ഈ പദ്ധതി കേരള ആർട്ടിസാൻസ് ആൻഡ് സ്കിൽഡ് വർക്കേഴ്സ് ബോർഡ് എന്ന പേരിൽ നിലവിൽ വന്നു. എന്നാൽ ക്ഷേമ പദ്ധതിയുടെ സ്വഭാവമുള്ളതിനാൽ ഈ സ്കീം പിന്നീട് കേരള അസംഘടിത തൊഴിലാളി സാമൂഹ്യ സുരക്ഷാ ബോർഡിൽ 2016 ഫെബ്രുവരി 1 ന് ലയിപ്പിച്ചു.

കേരള ആർട്ടി സാൻസ് അസോസിയേഷൻ 2019 സെപ്റ്റംബർ 29 ന് തിരുവല്ലയിൽ നടത്തിയ സംസ്ഥാന വാർഷിക സമ്മേളനത്തിൽ പ്രസിഡന്റായി കോയിവിള രവി (കരുനാഗപ്പള്ളി), ജനറൽ സെക്രട്ടറിയായി എ. കെ. പുരുഷോത്തമൻ (തിരുവനന്തപുരം), ഖജാൻജി ആയി സി. ഡി. രവീന്ദ്രൻ (എറണാകുളം) എന്നിവരെ തെരഞ്ഞെടുത്തു. ഈ ഭരണ സമിതി നിർമ്മാണ, തയ്യൽ അസംഘടിത തൊഴിലാളി ക്ഷേമനിധികളുമായും ആർട്ടിസാൻസ് വികസന കോർപ്പറേഷനുമായും ബന്ധപ്പെട്ട് തൊഴിലാളികളുടെ ആവശ്യങ്ങൾ നടത്തി കൊടുക്കുന്നു.

# കേരള ബിൽഡിങ് ആൻഡ് അദർ കൺസ്ട്രക്ഷൻ വർക്കേഴ്സ് വെൽഫെയർ ബോർഡ് വഴി ലഭ്യമാകുന്ന ആനുകൂല്യങ്ങൾ

1. വിവാഹ ധനസഹായം -എ) അംഗമായി ചേർന്ന് ഒരു വർഷം സർവീസുള്ള അംഗ തൊഴിലാളികൾക്ക് സ്വന്തം വിവാഹത്തിന് പതിനായിരം രൂപ ലഭിക്കും. ബി) അംഗമായി ചേർന്ന് മൂന്നു വർഷം സർവീസുള്ള അംശദായം മുടങ്ങാതെ നടക്കുന്ന തൊഴിലാളിയുടെ രണ്ടു മക്കളുടെ വിവാഹങ്ങൾക്ക് 10,000 രൂപ ധനസഹായം ലഭിക്കും. 2. പ്രസവാനുകൂല്യം - ഒരു വർഷം സർവീസുള്ള അംഗ സ്ത്രീതൊഴിലാളിക്ക് 25,000 രൂപ പ്രസവാനുകൂല്യം ആയി ലഭിക്കും. 3. സ്വാന്തന സഹായം 1600 രൂപ. 4. സാധാരണ രോഗ ചികിത്സ സഹായം - ആശുപത്രിയിൽ കിടന്നുള്ള ചികിത്സയ്ക്ക് ആദ്യത്തെ അഞ്ച് ദിവസം ദിവസം ഒന്നിന് 800 രൂപയും തുടർന്നുള്ള ഓരോ ദിവസവും 150 രൂപ വീതവും പരമാവധി 5000 രൂപയും ലഭിക്കും. 5. കണ്ണുചികിത്സ/ശസ്ത്രക്രിയ ധനസഹായം 4000 രൂപ. 6. പാമ്പുകടി/പേപ്പട്ടി കടിയേറ്റ രോഗികൾക്കുള്ള ധനസഹായം 4000 രൂപ. 7. മാരക രോഗങ്ങൾക്കുള്ള ധനസഹായം- ഹൃദ്രോഗം, കാൻസർ, കിഡ്നി രോഗം, മസ്തിഷ്ക രോഗം, തളർവാതം, ടി. ബി. എന്നീ രോഗങ്ങൾക്ക് ധനസഹായം പരമാവധി ഒരു ലക്ഷം രൂപ. 8. എസ്. എസ്. എൽ. സി. പഠന സഹായം 1000 രൂപ. 9. പ്ലസ്ടു പഠന സഹായം 2500 രൂപ. 10. അപകട സ്ഥിരഅവശതാ ധനസഹായം ഒരു ലക്ഷം രൂപ, കൂടാതെ മാസ

പെൻഷൻ 1600 രൂപ. 11. ഡിഗ്രി മുതൽ ഉള്ള ഉന്നത വിദ്യാഭ്യാസത്തിനുള്ള സ്കോളർഷിപ്പ് പ്രതിവർഷം 3000 രൂപ വീതം രണ്ടു കുട്ടികൾക്ക്. 12. മെഡിക്കൽ/എൻജിനീയറിങ് എൻട്രൻസ് കോച്ചിംഗ് ധനസഹായം 5000 രൂപ. 13. 2021 മാർച്ച് മുതൽ പ്രതിമാസ പെൻഷൻ 1600 രൂപ 14. പെൻഷനരുടെ മരണാനന്തര ചിലവിനു 4000 രൂപ.

## കേരള ആർട്ടിസാൻസ് മഹിളാ സമാജം

ഓരോ സമുദായ സംഘടനകളുടെയും വളർച്ചക്കും സമുദായ പ്രവർത്തകരുടേയും അവരുടെ കുടുംബങ്ങളുടെയും മുഴുവൻ സഹകരണവും പിന്തുണയും ആവശ്യമാണ്. എന്നാൽ ആറേഴ് ദശകം മുൻപ് വരെ വിശ്വകർമ്മ സ്ത്രീകളുടെ കർമ്മമണ്ഡലം സ്വന്തം കുടുംബത്തെയും ഭർതൃഗൃഹത്തെയും കേന്ദ്രീകരിച്ചായിരുന്നു. ഇവരെ വിദ്യാഭ്യാസ, സാമൂഹിക, സാംസ്കാരിക, സാമുദായിക മണ്ഡലങ്ങളുടെ ഉന്നതിയിലേക്ക് കൈപിടിച്ചുയർത്താനും തന്റെ സ്വത്വത്തെ വ്യക്തമായി തിരിച്ചറിഞ്ഞ് പ്രവർത്തിക്കാൻ പ്രാപ്തരാക്കുക എന്ന ലക്ഷ്യത്തോടുകൂടിയാണ് അഖില കേരള വിശ്വകർമ്മ മഹാസഭയുടെ ആരംഭഘട്ടം മുതൽ 'സ്ത്രീ സമാജം' എന്ന പേരിൽ സ്ത്രീകൾക്കുവേണ്ടി ഒരു കൂട്ടായ്മ നിലനിന്നിരുന്നു.

സംസ്ഥാന തലത്തിൽ 1964 മുതൽ ഈ കൂട്ടായ്മ 'വിശ്വകർമ്മ മഹിളാ സമാജം' എന്ന പേരിൽ അറിയപ്പെട്ടു. അഖില കേരള വിശ്വകർമ്മ മഹാസഭ 1964 ഡിസംബറിൽ കൊല്ലത്ത് വച്ച് നടത്തിയ 15-)ം വാർ

ഷിക സമ്മേളനത്തിൽ വിശ്വകർമ്മ മഹിളാ സമാജം സംസ്ഥാന കമ്മിറ്റിക്ക് രൂപം നൽകി.

സംസ്ഥാന പ്രസിഡന്റായി പി. ഭാർഗവിഅമ്മാൾ (പത്തനംതിട്ട), ജനറൽ സെക്രട്ടറിയായി കെ. ലളിതാഭായി (മാവേലിക്കര), ഖജാൻജിയായി ജി. കാർത്യായനിഅമ്മാൾ (തിരുവല്ല) എന്നിവരെ തെരഞ്ഞെടുക്കുകയും തുടർന്ന് 25 അംഗ സംസ്ഥാന ഭരണ സമിതി നിലവിൽ വരികയും ചെയ്തു.

മഹിളാസമാജം പ്രതിനിധികളുടെ മുഖ്യമായ പ്രവർത്തനം വിശ്വകർമ്മ സ്ത്രീകളെപ്പറ്റി മറ്റുള്ളവരുടെ മനസ്സിൽ മാന്യമായ സ്ഥാനവും അഭിപ്രായവും ഉടലെടുക്കാൻ വേണ്ടിയുള്ള പ്രവർത്തനങ്ങൾക്ക് ചുക്കാൻ പിടിക്കുക എന്നതായിരുന്നു. കുടുംബ ബജറ്റിൽ സ്ത്രീകളുടെ പങ്കാളിത്തം ഉറപ്പുവരുത്താനും അതുവഴി കുടുംബത്തെ സാമ്പത്തിക ഭദ്രതയിലേക്ക് നയിക്കുന്ന തരത്തിലുള്ള പ്രവർത്തനങ്ങളും നടത്തി.

മഹിളാ സമാജം ഭാരവാഹികളുടെ കഠിനപ്രയത്നത്തിലൂടെ മഹാസഭയുടെ അടുത്ത വാർഷികം കൂടുമ്പോൾ സമാജത്തിനു മാത്രമായി 70 ശാഖകളും 5 താലൂക്ക് യൂണിയനുകളും രൂപീകരിക്കാൻ കഴിഞ്ഞിരുന്നു. തുടർന്ന് മഹാസഭയുടെ വാർഷികത്തോടനുബന്ധിച്ച് സമാജത്തിന്റെ വാർഷികങ്ങൾ നടത്തി. മഹാസഭ ഭാരവാഹികൾ 1980 ൽ മഹിളാ സമാജത്തിന് വേണ്ടിയുള്ള നിയമാവലി തയ്യാറാക്കി.

മഹാസഭയുടെ പോഷക സംഘടനയായി 1980 നവംബർ 5 മുതൽ കേരള ആർട്ടിസാൻസ് മഹിളാ സമാജം എന്ന പേരിൽ 1955 ലെ ചാരിറ്റബിൾ സൊ

സൈറ്റി ആക്ട് അനുസരിച്ച് 671/1980 രജിസ്റ്റർ നമ്പരിൽ പ്രവർത്തിച്ചു വരുന്നു. മഹാസഭയുടെ സഹകരണത്തോടെ 1994 പ്രവർത്തനരഹിതമായിരുന്ന യൂണിയനുകളെ പുനരുജ്ജീവിപ്പിച്ചു കൊണ്ടും 300 ലധികം പുതിയ ശാഖകൾ രൂപീകരിച്ചു കൊണ്ടും എല്ലാ റിക്കാർഡുകളും മഹിളാ സമാജത്തിന്റെ പേരിൽ തന്നെ അച്ചടിച്ച് വിതരണം നടത്തി. മഹാസഭയുടെ ചെങ്ങന്നൂർ മുണ്ടൻകാവ് വഞ്ഞിപ്പുഴ ബംഗ്ലാവിൽ പ്രവർത്തിച്ചിരുന്ന കേന്ദ്രഓഫീസിൽ തന്നെയായിരുന്നു മഹിളാ സമാജത്തിന് ഓഫീസും. മഹിളാ സമാജത്തിന്റെ ജനറൽ സെക്രട്ടറിയായിരുന്ന കെ. വി. സരസമ്മ സ്വന്തം ചെലവിൽ സമാജം ഓഫീസ് പുതുക്കിപ്പണിതു. നിലവിൽ 833 ശാഖകളും 34 താലൂക്ക് യൂണിയനുകളും കേരള ആർട്ടിസാൻസ് മഹിളാ സമാജത്തിന് കീഴിൽ പ്രവർത്തിക്കുന്നു.

## സമാജത്തിന്റെ പ്രവർത്തനങ്ങൾ

സമാജത്തിന്റെ പ്രവർത്തകർക്കും സംഘാടകർക്കും വേണ്ടി 1994 മുതൽ 2001 വരെ എല്ലാ വർഷങ്ങളിലും പഠന ക്ലാസ്സുകൾ നടത്തിയിരുന്നു. തഞ്ചാവൂർ ഇന്ത്യൻ ഇൻസ്റ്റിറ്റ്യൂട്ട് ഓഫ് ക്രോപ് പ്രോസസിംഗ് ടെക്നോളജിയുടെ നേതൃത്വത്തിൽ ഭക്ഷ്യ വസ്തുകളുടെയും പച്ചക്കറികളുടെയും സംരക്ഷണം, ഭക്ഷ്യ സംസ്കരണം എന്നിവയിൽ പരിശീലനം, കേന്ദ്ര സർക്കാരിന്റെ നേതൃത്വത്തിൽ പോഷകാഹാര പരിശീലന ക്ലാസ്, സ്ത്രീ ശക്തീകരണം, സോഷ്യൽ വെൽഫെയർ ബോർഡിന്റെ ധനസഹായത്തോടെയുള്ള ടെക്സ്റ്റൈൽ പ്രിന്റിംഗ്, പുഷ്പ നിർമ്മാണം, കൃത്രിമ ആഭരണ നിർമ്മാണം എന്നിവ കേരള

ആർട്ടിസാൻസ് ഡെവലപ്മെന്റ് കോർപറേഷന്റെ നേതൃത്വത്തിൽ നടത്തിയിരുന്നു.

വിവിധ ട്രേഡ്കളിൽ പരിശീലനം ലഭിച്ചവർ തങ്ങൾക്ക് ലഭിച്ച പരിശീലനം സ്വയം തൊഴിലായി പ്രയോജനപ്പെടുത്തി. അവർ ആർട്ടിസാൻസ് ഡെവലപ്മെന്റ് കോർപറേഷനിൽ നിന്ന് തൊഴിൽ വായ്പ നേടിയിട്ടുണ്ട്. എന്നാൽ കോർപ്പറേഷനിലെ ചില ഉദ്യോഗസ്ഥന്മാരുടെ തട്ടിപ്പിനും ചില സമാജം നേതാക്കൾ ഇരയായി. വിശ്വകർമ്മ സ്ത്രീകളുടെ ഉന്നമനത്തിനായി കേരള വനിതാ കമ്മീഷന്റെ സഹായത്തോടുകൂടി എല്ലാ വർഷവും കൺവെൻഷനും ബോധവൽക്കരണ സെമിനാറുകളും ഓണാഘോഷ പരിപാടികളും നടത്തി വന്നിരുന്നു.

വനിതകൾക്ക് ഒരു അഭയ കേന്ദ്രം എന്ന നിലയിൽ പുതുപ്പള്ളി കേന്ദ്രമായി 'വിരാട് വിശ്വകർമ്മ വനിതാ ട്രസ്റ്റ്' 2001 ൽ രജിസ്റ്റർ ചെയ്തു. ട്രസ്റ്റിന് വേണ്ടി ഒരു ഏക്കർ നിലം വാങ്ങുകയുണ്ടായി. ഏകസംഘടനവാദത്തെ തുടർന്ന് തുടർന്ന് 2001 ൽ മഹാസഭയിൽ ഉടലെടുത്ത ഭിന്നാഭിപ്രായങ്ങളും കോടതി വ്യവഹാരങ്ങളും മഹിളാസമാജത്തെയും ബാധിച്ചു. വനിതാ ട്രസ്റ്റിന് കീഴിൽ ധാരാളം 'സ്വയം സഹായ സംഘങ്ങൾ' പ്രവർത്തിച്ചിരുന്നു. എന്നാൽ മഹാസഭയ്ക്കെതിരെ വിമത സംഘടന പ്രവർത്തനം നടത്തിയ നേതാക്കൾ വനിതാ ട്രസ്റ്റും അതിന്റെ ഉടമസ്ഥതയിലുണ്ടായിരുന്ന സ്ഥലവും തങ്ങളുടെ അധീനതയിൽ ആക്കാൻ ശ്രമിച്ചു.

മഹാസഭയ്ക്ക് അകത്തുള്ള വിഭാഗീയത മൂലം ട്രസ്റ്റിന്റെ കീഴിലുള്ള സഹായ സ്വയം സഹായ സംഘങ്ങൾ പല സ്ഥലത്ത് രജിസ്റ്റർ ചെയ്ത് പ്രവർത്തി

ക്കുന്നു. സ്വയം സഹായക സംഘങ്ങളിൽ ചില തിന്റെ പ്രവർത്തനങ്ങൾ കാലക്രമേണ നിലച്ചുപോയി: എന്നാൽ ചില സംഘങ്ങൾ മികച്ച പ്രവർത്തനം കാഴ്ചവയ്ക്കുന്നു. പ്രവർത്തിച്ചു കൊണ്ടിരിക്കുന്ന മിക്ക സഹായ സംഘങ്ങളും അവരവർക്ക് അടുത്തുള്ള അനാഥാലയങ്ങളിൽ അന്നദാനം നടത്തുന്നു. മഹിളാ സമാജത്തിന് പ്രതിസന്ധി ഘട്ടങ്ങളിൽ ട്രസ്റ്റുകളാണ് സാമ്പത്തികമായി സഹായിച്ച് സമാജത്തെ നിലനിർത്തിയത്. ലോക വനിതാദിനം, ഋഷിപഞ്ചമി, റിപ്പബ്ലിക് ദിനം എന്നിവ മഹിളാ സമാജത്തിന്റെ നേതൃത്വത്തിൽ എല്ലാ വർഷവും സമുചിതമായി ആഘോഷിക്കും.

അഖില കേരള വിശ്വകർമ്മ മഹാസഭ ആവിഷ്കരിച്ച് നടപ്പാക്കിയിരുന്ന എല്ലാ സമരപോരാട്ടങ്ങളിലും പോഷക ഘടകം എന്ന നിലയിൽ കേരള ആർട്ടിസാൻസ് മഹിളാ സമാജവും അതിന്റെ പ്രവർത്തകരും പൂർണമായി സഹകരിച്ചു. വിവിധ ആവശ്യങ്ങൾ ഉന്നയിച്ച് സമാജത്തിന്റെ നേതൃത്വത്തിൽ 2001 ജനുവരി 21 ന് സെക്രട്ടറിയേറ്റ് ധർണയും ഉപവാസവും നടത്തി.

ലയന പ്രഖ്യാപനത്തിനു ശേഷം കേരള വിശ്വകർമ്മ സഭ പ്രവർത്തകർ മൂന്ന് കേസുകളാണ് മഹിളാ സമാജത്തിന് എതിരെ ഫയൽ ചെയ്തത്. സഭയുടെ ചെങ്ങന്നൂരിൽ ഉള്ള കേന്ദ്ര ഓഫീസിലും മഹിളാ സമാജത്തിന്റെ ഓഫീസിലും കെ. വി. എസ്. പ്രവർത്തകർ നിരന്തരമായി ഉപദ്രവിക്കുകയും കയ്യേറ്റം ചെയ്യുകയും കാരണം കെ. വി. എസ്.ന്റെ നേതാവിനെതിരെ 2001 ജൂലൈ 26 ന് കേരള വനിതാ കമ്മീഷനിൽ പരാതി നൽകി. ജസ്റ്റിസ്. ഡി. ശ്രീദേവി അധ്യ

ക്ഷയായുള്ള വനിതാ കമ്മീഷൻ, കെ. വി. എസ്.ന്റെ നേതാവിന് ശക്തമായ താക്കീത് നൽകിയതാണ്. തുടർന്ന് മഹിളാ സമാജത്തിന് ഓഫീസ് പ്രവർത്തനങ്ങൾ ചെങ്ങന്നൂരിൽ നിന്നും പുതുപ്പള്ളിയിലേക്ക് മാറ്റി.

മഹാസഭയുടെ മാവേലിക്കര ജനറൽ ബോഡിയിൽ സ്വയം പ്രഖ്യാപിത ഔദ്യോഗിക ഭരണ നേതാക്കളായി ഉയർന്നു വന്ന ചില പ്രവർത്തകർ മഹിളാ സമാജത്തിന്റെ സകല റിക്കാർഡുകളും രേഖകളും പുതുപ്പള്ളിയിൽ നിന്ന് കയ്യൂക്കിന്റെ കരുത്തിൽ എടുത്തു കൊണ്ടുപോയി. ഇതിനെതിരെ കോട്ടയം മുൻസിഫ് കോടതിയിൽ 2017 ഡിസംബറിൽ കേസ് ഫയൽ ചെയ്തു, തുടർന്ന് മഹിളാ സമാജത്തിന് അനുകൂലമായ വിധി 2020 ൽ വന്നു. മഹിളാ സമാജത്തിന്റെ പ്രസിഡന്റ് കെ. വി. സരസമ്മ (പുതുപ്പള്ളി) ജനറൽ സെക്രട്ടറി തങ്കമ്മ ഗോവിന്ദൻ (കുട്ടനാട്), ഖജാൻജി അംബുജാക്ഷി (പത്തനംതിട്ട) എന്നിവർ ഉൾപ്പെട്ട നിലവിലെ ഭരണ സമിതിയ്ക്കാണ് കോടതി ഉത്തരവ് ആനുകൂലമായി വന്നിട്ടുള്ളത്. മഹാസഭയുടെ നിയമപരമായ തെരഞ്ഞെടുപ്പിനു ശേഷം മഹിളാ സമാജത്തിന്റെ തെരഞ്ഞെടുപ്പ് നടത്തണമെന്നാണ് ഭൂരിപക്ഷം അംഗങ്ങളുടെയും അഭിപ്രായം.

## വിശ്വകർമ്മ ആർട്ടിസാൻസ് യുവജന ഫെഡറേഷൻ

അഖില കേരള വിശ്വകർമ്മ മഹാസഭയുടെ പോഷകഘടകം ആയി 1965 ലാണ് കേരള വിശ്വകർമ്മ വിദ്യാർത്ഥി ഫെഡറേഷൻ നിലവിൽ വന്നത്.

ഫെഡറേഷന്റെ 1969-70 കാലത്തെ പ്രസിഡന്റ് എം. സുകുമാരൻ ആചാരി (കോട്ടയം) ജനറൽ സെക്രട്ടറി ചന്ദ്രശേഖരൻ (വെണ്ണിക്കുളം) എന്നിവർ ആയിരുന്നു.

1971-73 കാലഘട്ടത്തിൽ ഫെഡറേഷന്റെ പേര് കേരള വിശ്വകർമ്മ യുവജന ഫെഡറേഷൻ (കെ. വി.വൈ. എഫ്.) എന്ന് പുനർനാമകരണം ചെയ്തു. ആ സമയത്ത് ഫെഡറേഷൻ പ്രസിഡന്റ് ഒളശ്ശ ഗോപാലകൃഷ്ണനും (കോട്ടയം) ജനറൽ സെക്രട്ടറി ചുനക്കര ഗോപാലകൃഷ്ണനും (മാവേലിക്കര) ആയിരുന്നു. വീണ്ടും 1980 ആഗസ്റ്റ് 9 ന് സംഘടനയുടെ പേര് 'ആർട്ടിസാൻസ് യുവജന ഫെഡറേഷൻ' (A. Y. F.) എന്നാക്കി മാറ്റുകയും 51 അംഗ സംസ്ഥാന കമ്മിറ്റിയും 15 അംഗ എക്സിക്യൂട്ടീവ് കമ്മിറ്റിയും രൂപീകരിച്ചു പ്രവർത്തനം ആരംഭിച്ചു. അന്ന് ഫെഡറേഷൻ പ്രസിഡന്റ് മുന്നൂർ ഗോപാലകൃഷ്ണനും ജനറൽ സെക്രട്ടറി ശശി മാവേലിക്കരയും ആയിരുന്നു. മണ്ഡൽ കമ്മീഷൻ റിപ്പോർട്ടിനായുള്ള തീവ്ര സമരങ്ങൾ കേരളത്തിൽ ഒരു യുവജന തരംഗമാക്കാൻ ആർട്ടിസാൻസ് യുവജന ഫെഡറേഷനു കഴിഞ്ഞു.

കേരളത്തിലെ 34 ൽ പരം പിന്നോക്ക സമുദായങ്ങളിലെ യുവജന സംഘടനകളെ ഒരുമിപ്പിച്ച് കേരള പിന്നോക്ക സമുദായ യുവജന ഐക്യവേദി കോട്ടയം കേന്ദ്രമാക്കി പ്രവർത്തിക്കാൻ തുടങ്ങി. ഐക്യവേദിയുടെ രൂപീകരണത്തിലും പ്രവർത്തന ങ്ങളിലും ആർട്ടിസാൻസ് യുവജന ഫെഡറേഷന്റെ നിരന്തരമായ പങ്കാളിത്തമുണ്ടായിരുന്നു. ശ്രീ നാരായണ ധർമ്മ പരിപാലന (S. N. D. P.) യൂത്ത് മൂവ്മെന്റ്

സംസ്ഥാന പ്രസിഡന്റ് കുറിച്ചി സദൻ, ആർട്ടി സാൻസ് യുവജന ഫെഡറേഷൻ സംസ്ഥാന ജന റൽ സെക്രട്ടറി ശശി മാവേലിക്കര എന്നിവർ കേരള പിന്നോക്ക സമുദായ യുവജന ഐക്യ വേദിയുടെ നേതാക്കന്മാരായി പ്രവർത്തിച്ചു.

കേരള ആർട്ടിസാൻസ് ഡെവലപ്മെന്റ് കോർപ്പറേ ഷൻ രജിസ്റ്റർ ചെയ്തു പ്രവർത്തനമാരംഭിക്കണമെ ന്നാവശ്യപ്പെട്ട് യുവജന ഫെഡറേഷന്റെ നേതൃത്വ ത്തിൽ നടത്തിയ 12 ദിവസത്തെ സമരം ശ്രദ്ധേയ മായിരുന്നു. അന്നത്തെ വ്യവസായ വകുപ്പ് മന്ത്രി പി. സി. ചാക്കോ സമര പന്തലിലെത്തി ഓഗസ്റ്റിൽ തന്നെ കോർപ്പറേഷൻ രജിസ്റ്റർ ചെയ്ത പ്രവർത്ത നമാരംഭിക്കുമെന്നു ഉറപ്പു നൽകിയതിനെ തുടർ ന്നാണ് സമരം പിൻവലിച്ചത്. യുവജന ഫെഡറേ ഷൻറെ നേതൃത്വത്തിൽ 1981 സെപ്റ്റംബർ 27, 28 തീയതികളിൽ കൊല്ലത്ത് പതിനായിരങ്ങൾ പങ്കെടു ത്ത സമ്മേളനം നടത്തി. കേരള ആർട്ടിസാൻസ് ഡെവലപ്മെന്റ് കോർപ്പറേഷൻ രജിസ്റ്റർ ചെയ്ത തായി മാനേജിങ് ഡയറക്ടർ പി. എസ്. തങ്കപ്പനാ ചാരി സമ്മേളന സ്ഥലത്ത് വന്ന് പ്രഖ്യാപനം നടത്തി.

ഫെഡറേഷന്റെ പേര് 1988-89 കാലഘട്ടങ്ങളിൽ വിശ്വകർമ്മ ആർട്ടിസാൻസ് യുവജന ഫെഡറേഷൻ എന്നാക്കി  മാറ്റി. ഏകസംഘടന ലയന വാദത്തെ തുടർന്ന് 2001 ൽ മഹാസഭ പിളർന്നപ്പോൾ യുവജന ഫെഡറേഷന്റെ നേതൃത്വത്തിലും ആ മാറ്റങ്ങളൊ ക്കെ വന്നു.

മഹാസഭയുടെ പോഷക സംഘടനയായി നില നിന്നിരുന്ന യുവജന ഫെഡറേഷൻ 46 വർഷങ്ങളായി പേരിൽ പല മാറ്റങ്ങൾ വരുത്തിയെങ്കിലും 2011 വരെ യുവജന ഫെഡറേഷന് സ്വന്തമായ നിയമാവലിയോ രജിസ്ട്രേഷനോ ഇല്ലായിരുന്നു. അന്നത്തെ പ്രസിഡന്റ് സി. പി. മഹേഷ് (ചെങ്ങന്നൂർ) ജനറൽ സെക്രട്ടറി ഇ. വി. ജയപ്രസാദ് (ചങ്ങനാശ്ശേരി) എന്നിവരുടെ നേതൃത്വത്തിലുള്ള ഭരണ സമിതിയാണ് വിശ്വകർമ്മ ആർട്ടിസാൻസ് യുവജന ഫെഡറേഷന് നിയമാവലി രൂപീകരിച്ച് രജിസ്റ്റർ ചെയ്ത് പ്രവർത്തനം ആരംഭിച്ചത്. ഏക സംഘടന ലയന പ്രശ്നത്തെത്തുടർന്ന് യുവജന ഫെഡറേഷനിലും പിളർപ്പ് ഉണ്ടായി.

മഹാസഭയുടെ നിയമപരമായി തെരെഞ്ഞെടുക്കപ്പെട്ട ജനറൽ സെക്രട്ടറിയിൽ നിന്നും അധികാരം പിടിച്ചു വാങ്ങിച്ച് സ്വയം പ്രഖ്യാപിത ജനറൽ സെക്രട്ടറിയായി പ്രവർത്തനം ആരംഭിച്ചവരുടെ നേതൃത്വത്തിൽ 2015 ൽ കരുനാഗപ്പള്ളിയിൽ വെച്ച് യുവജന ഫെഡറേഷന്റെ തെരഞ്ഞെടുപ്പ് നടത്തിയിരുന്നു. എന്നാൽ നോൺ-ട്രേഡിങ് കമ്പനി രജിസ്ട്രാറുടെ 2016 ഓഗസ്റ്റ് 23 ലെ ഉത്തരവും, ചെങ്ങന്നൂർ സബ് കോടതിയുടെ 2017 ഫെബ്രുവരി 27 ലെ സി. എം. എ. നമ്പർ 8/2014 അപ്പീൽ ഉത്തരവും, വസ്തുതകളും എന്താണെന്ന് മനസിലാക്കിയപ്പോൾ അന്ന് യുവജന ഫെഡറേഷൻ ഭാരവാഹികളായി തെരെഞ്ഞെടുക്കപ്പെട്ടവർ തൽസ്ഥാനത്തു നിന്ന് രാജി വെച്ചു.

# 10. അഖില കേരള വിശ്വകർമ്മ മഹാസഭയുടെ സ്ഥാവര-ജംഗമ സ്വത്തുകൾ

അഖില കേരള വിശ്വകർമ്മ മഹാസഭ സ്ഥാപിതമായി 75-)ം വർഷത്തിലേക്ക് കടക്കുമ്പോൾ കേരളത്തിലുടനീളം കോടിക്കണക്കിന് രൂപയുടെ മൂല്യമുള്ള സ്വത്തുവകകൾ ആണ് ശാഖകളുടെയും യൂണിയനുകളുടേയും ഉടമസ്ഥതയിൽ സമ്പാദിക്കാൻ കഴിഞ്ഞിട്ടുള്ളത്. എന്നാൽ മഹാസഭ വിഘടിച്ചു നിൽക്കുന്നതിനാൽ ശാഖകളുടെയും യൂണിയനുകളുടെയും ശരിയായ സ്ഥാവര-ജംഗമ സ്വത്ത് വിവരങ്ങൾ ശേഖരിക്കുവാനും ഉൾപ്പെടുത്തുവാനും കഴിഞ്ഞിട്ടില്ല. സഭയുടെ നേരിട്ടുള്ള ഉടമസ്ഥതയിൽ സ്വത്തുക്കൾ സമ്പാദിക്കാൻ മണ്ണറഞ്ഞ സമുദായ പ്രവർത്തകരുടെ അശ്രാന്ത പരിശ്രമമുണ്ട്.

## ചങ്ങനാശേരിയിലെ ഓഫീസ് കെട്ടിടം

അഖില കേരള വിശ്വകർമ്മ മഹാസഭയായി നിലവിൽ വന്നതിനുശേഷം സ്വന്തമായി ഒരു ഓഫീസ് ഉണ്ടായിരുന്നില്ല. 1952 ൽ ജനറൽ സെക്രട്ടറി എം. ഐ. നീലകണ്ഠൻ ആചാരിയുടെ വസതിയിലായിരുന്നു മഹാസഭയുടെ ഓഫീസ് പ്രവർത്തനങ്ങൾ ഏകോപിപ്പിച്ചിരുന്നത്. സഭയ്ക്ക് സ്വന്തമായി സ്ഥലവും ഓഫീസ് കെട്ടിടവും വാങ്ങാൻ അദ്ദേഹം തീരു

മാനിച്ചു. അന്നുണ്ടായിരുന്ന ശാഖകളിൽ നിന്ന് പിരിവെടുത്ത് സ്ഥലവും കെട്ടിടവും വാങ്ങാനുള്ള തുക സമാഹരിച്ചു. ചങ്ങനാശ്ശേരി യൂണിയൻ സെക്രട്ടറി പി. കെ. കുമാരൻ ആചാരിയുടെ ശ്രമഫലമായി ചങ്ങനാശ്ശേരിയിൽ 17.75 സെന്റ് സ്ഥലവും ഒരു ചെറിയ കെട്ടിടവും വാങ്ങി സഭയുടെ കേന്ദ്ര ഓഫീസ് പ്രവർത്തനം അവിടേക്കു മാറ്റി.

## വിശ്വകർമ്മ ഹിന്ദു അപ്പർ പ്രൈമറി സ്കൂൾ (V. H. U. P. S.), വഴുവാടി, മാവേലിക്കര

മഹാസഭയ്ക്ക് ചങ്ങനാശ്ശേരിയിൽ പുതിയ ഓഫീസ് കേന്ദ്രം നിർമ്മിക്കാൻ ധനസമാഹരണം നടത്തിയിരുന്ന സമയത്താണ് ആലപ്പുഴ ജില്ലയിലെ വഴുവാടിയിൽ വിശ്വകർമ്മ അപ്പർ പ്രൈമറി സ്കൂൾ തുടങ്ങാനുള്ള അനുമതി മഹാസഭയ്ക്ക് ലഭിക്കുന്നത്. മാവേലിക്കര എടവങ്കാട്ട് കുടുംബക്കാരിൽ നിന്നും 1956 നവംബറിൽ ഇഷ്ടദാനമായി ലഭിച്ച ഒരേക്കർ 3 സെന്റ് സ്ഥലത്താണ് സ്കൂൾ പ്രവർത്തിക്കുന്നത്.

നിശ്ചിത കാലാവധിക്കുള്ളിൽ സ്കൂൾ കെട്ടിടം പണിതീർത്ത് അധ്യയനം ആരംഭിക്കാൻ തിടുക്കം ഉള്ളതുകൊണ്ട് ചങ്ങനാശ്ശേരി ഓഫീസ് കെട്ടിടത്തിന്റെ പണികൾ നിർത്തിവെക്കേണ്ടിവന്നു. ഓഫീസ് നിർമ്മാണത്തിന് വേണ്ടി സമാഹരിച്ച തുക ഉപയോഗിച്ച് 1964 ഏപ്രിൽ 4 ന് മഹാസഭയുടെ അന്നത്തെ പ്രസിഡൻറ് എം. എൻ. കൃഷ്ണൻ ആചാരി സ്കൂൾ കെട്ടിടത്തിന്റെ അടിത്തറ ഇട്ട് പണിയാരംഭിച്ചു. ഒന്നു മുതൽ ഏഴ് വരെയുള്ള ക്ലാസുകൾ നട

ക്കുന്നുണ്ട്. ഭൗതിക സാഹചര്യം മെച്ചപ്പെടുത്തുന്ന തിന്റെ ഭാഗമായി 2000 ൽ സ്കൂൾ പരിസരത്തോട് ചേർന്ന് 97 സെന്റ് സ്ഥലം കൂടി വിലയ്ക്കു വാങ്ങി.

ഒന്നാം ക്ലാസിൽ ഉള്ള കുട്ടികളുടെ എണ്ണം വർദ്ധിപ്പി ക്കുക എന്ന ലക്ഷ്യത്തോടുകൂടി 2013 മുതൽ ഇംഗ്ലീ ഷ് മീഡിയം നഴ്സറി ക്ലാസ്സ് തുടങ്ങാൻ പദ്ധതി ഇട്ടെ ങ്കിലും ക്ലാസ് തുടങ്ങിയില്ല. നിലവിൽ സഭയ്ക്ക് നിയ മാനുസൃതം തെരഞ്ഞെടുക്കപ്പെട്ട പ്രസിഡന്റ് ഇല്ലാ ത്തതിനാൽ 2019 ൽ പൊതുവിദ്യാഭ്യാസ അഡിഷ ണൽ ഡയറക്ടർ (അക്കാദമിക്) സ്കൂളിന്റെ മാനേ ജർ സ്ഥാനം താൽക്കാലികമായി മാവേലിക്കര അ ഡീഷണൽ എഡ്യൂക്കേഷൻ ഓഫീസറെ (A. E. O.) ഏൽപ്പിച്ചിരിക്കുകയാണ്.[42]

## അഖില കേരള വിശ്വകർമ്മ പ്രസ്സ്

## (A. K. V. Press)

ചങ്ങനാശ്ശേരിയിലെ ഓഫീസ് കേന്ദ്രത്തിനോട് ചേർ ന്ന് ഒരു അച്ചടി പ്രസ്സ് തുടങ്ങാൻ വേണ്ടി അന്ന ത്തെ സമുദായ നേതാക്കൾ തീരുമാനിച്ചു. ധന സ മാഹരണത്തിന് വേണ്ടി **'നാല് അണ'** നിരക്കിൽ ഭാഗ്യക്കുറി കൂപ്പൺ അച്ചടിച്ചു വിതരണം ചെയ്തു. ഭാഗ്യക്കുറി നടത്തി കിട്ടിയ ലാഭം കൊണ്ട് കോട്ടയം ദീപിക ദിനപത്രത്തിന്റെ ഓഫീസിൽ നിന്നും ഒരു പഴയ പ്രസ്സ് ഉപകരണങ്ങൾ വാങ്ങി ചങ്ങനാശ്ശേരി ഓഫീസിൽ സ്ഥാപിച്ച് അതിന്റെ പ്രവർത്തനമാ

---

*[42] സ്കൂൾ മാനേജർ സ്ഥാനം തൽക്കാലം മാവേലിക്കര എ. ഇ. ഒ. യെ ചുമതലപ്പെടുത്തി കൊണ്ടുള്ള പൊതു വിദ്യാഭ്യാസ അഡീഷണൽ ഡയറക്ടർ 2019 ഓഗസ്റ്റ് 5 ന് ഇറക്കിയ ഉത്തരവ്.*

രംഭിച്ചു. 'പ്രഭാതഭേരി' എന്ന ഒരു പ്രസിദ്ധീകരണം ഉണ്ടായിരുന്നു. കാലക്രമേണ ആ പ്രസിദ്ധീകരണം നിലച്ചു പോയി. തുടർന്ന് 'കർമ്മയുഗം' മാസിക പ്രസിദ്ധീകരിച്ചു.

## കർമ്മയുഗം

മഹാസഭയുടെ പ്രവർത്തനങ്ങൾ, സമുദായ അംഗങ്ങളുടെ കലാ-സാംസ്കാരിക രംഗത്തെ പ്രവർത്തനങ്ങൾ, സാഹിത്യസൃഷ്ടികൾ എന്നിവ പ്രസിദ്ധീകരിക്കുന്നതിനു വേണ്ടിയാണ് കർമ്മയുഗം മാസിക പ്രസിദ്ധീകരണം തുടങ്ങിയത്. കർമ്മയുഗം മാസിക രജിസ്റ്റർ ചെയ്ത് പ്രസിദ്ധീകരിക്കുന്നതിന് ഇന്ത്യ ന്യൂസ് പേപ്പർ രജിസ്ട്രാറുടെ അനുമതി ലഭിക്കുന്നത് 1981 ആഗസ്റ്റ് 26 നാണ്. മഹാസഭയുടെ കേന്ദ്രഓഫീസ് ചെങ്ങന്നൂരിൽ ഉള്ള മുണ്ടങ്കാവ് വഞ്ഞിപ്പുഴ കൊട്ടാരത്തിലേക്ക് മാറ്റിയപ്പോൾ എ. കെ. വി. പ്രസ്സിന്റെ ഉപകരണങ്ങളും മാറ്റി സ്ഥാപിച്ചു. കർമ്മയുഗം 2001 അവസാനം വരെ പ്രസിദ്ധീകരിച്ചു. ഏകസംഘടനലയനത്തെ തുടർന്നുണ്ടായ പ്രശ്നങ്ങളിൽ കെ. വി. എസ്. പ്രവർത്തകർ ഓഫീസ് കൈവശപ്പെടുത്തിയപ്പോൾ പ്രസ്സും ഉപകരണങ്ങളും പലപ്പോഴായി അന്യാധീനപ്പെട്ടു.

## കേന്ദ്ര ഓഫീസ്, വഞ്ഞിപ്പുഴ കൊട്ടാരം, ചെങ്ങന്നൂർ

മഹാസഭയുടെ കേന്ദ്ര ഓഫീസ് ചെങ്ങന്നൂരിലേക്ക് മാറ്റിയാലോ എന്ന് ആലോചന നടക്കുന്നത് 1968-69 കാലഘട്ടത്തിലാണ്. ചെങ്ങന്നൂർ, പെണ്ണുക്കര രാമൻ ആചാരിയാണ് ചെങ്ങന്നൂർ മുണ്ടൻകാവിലെ

വഞ്ഞിപ്പുഴ കൊട്ടാരം വാങ്ങുന്നതിനുള്ള ആലോചനയ്ക്ക് തുടക്കം കുറിച്ചത്. എന്നാൽ മഹാസഭ ഡയറക്ടർ ബോർഡ് ഇക്കാര്യത്തിൽ അന്തിമ തീരുമാനം എടുക്കാൻ കാലതാസം വരുത്തിയപ്പോൾ ചെങ്ങന്നൂർ യൂണിയൻ പ്രവർത്തകർ മുൻകൈയ്യെടുത്ത് 2000/-രൂപ മുൻകൂറായി അന്നത്തെ ഖജാൻജി പി. കെ. കുമാരൻ ആചാരിയെ ഏൽപ്പിച്ചു. തുടർന്ന് സ്ഥലവും കൊട്ടാരവും വാങ്ങാനുള്ള ധനസമാഹരണം നടന്നു.

മഹാസഭയുടെ പേരിൽ വഞ്ഞിപ്പുഴ കൊട്ടാരവും ചുറ്റുപാടുമുള്ള സ്ഥലവും വാങ്ങാൻ ജനറൽ സെക്രട്ടറിയും ഖജാൻജിയും 1.25 ലക്ഷം രൂപയ്ക്ക് സ്ഥല ഉടമയുമായി കരാറെഴുതി. സ്ഥലം ഉടമയ്ക്ക് ശേഷിച്ച 23,000/-രൂപ 12% പലിശയോടെ കൊടുത്തു കൊള്ളാമെന്ന വ്യവസ്ഥയിൽ അന്നത്തെ സഭാ പ്രസിഡന്റ് അഡ്വ. പി. സരസപ്പന്റെ നേതൃത്വത്തിൽ 1970 മാർച്ച് 30 ന് വഞ്ഞിപ്പുഴ കൊട്ടാരവും അനുബന്ധ സ്ഥലവും സഭയുടെ പേരിൽ വിലയാധാരം തീർത്ത് വാങ്ങി. തുടർന്ന് സഭയുടെ ആസ്ഥാന ഓഫീസ് പ്രവർത്തനം അവിടെ തുടങ്ങുകയും കരാർ പ്രകാരമുള്ള എല്ലാ ബാധ്യതകൾ തീർക്കുകയും ചെയ്തു.

## ഇൻഡസ്ട്രിയൽ ട്രെയിനിംഗ് സെന്റർ (I. T. C.)

ആസ്ഥാന ഓഫീസ് പ്രവർത്തനവും എ. കെ. വി പ്രസ്സിന്റെ പ്രവർത്തനവും വഞ്ഞിപ്പുഴ കൊട്ടാരത്തിൽ ആരംഭിച്ചതിന് ശേഷം ഇൻഡസ്ട്രിയൽ ട്രെയിനിംഗ് സെന്റർ അനുവദിച്ചു. ഐ. റ്റി. സി. യിൽ പരി

ശീലനം നൽകിയത് ലെറ്റർ കമ്പോസിംഗിലും പ്രിൻറിംഗിലും ടൈപ്പ്റൈറ്റിംഗിലും ആയിരുന്നു.

അക്ഷര ബ്ലോക്ക് നിരത്തിയുള്ള അച്ചടിയുടെ ആവശ്യം കംപ്യൂട്ടറിന്റെ വരവോടെ കുറഞ്ഞു. പരിശീലനത്തിനു വന്നിരുന്ന കുട്ടികളുടെ എണ്ണവും ഗണ്യമായി കുറഞ്ഞിരുന്നതിനാൽ 1996-ൽ ഐ. റ്റി. സി.യുടെ പ്രവർത്തനം പൂർണ്ണമായി നിലച്ചു.

ഐ. റ്റി. സി. യിലെ ട്രേഡ് മാറ്റികിട്ടുന്നതിനു സാങ്കേതിക വിദ്യാഭ്യാസ ഡയറക്ടറുമായി ബന്ധപ്പെട്ടപ്പോൾ മുടങ്ങിപ്പോയ ട്രേഡ് ഒരു വർഷം കൂടെ നടത്തിയാൽ മാത്രമേ പുതിയ ട്രേഡ് അനുവദിക്കുകയുള്ളുവെന്ന മറുപടിയാണ് ലഭിച്ചത്. പുതിയ ട്രേഡ് അനുവദിക്കുന്നതിനുള്ള അപേക്ഷ 2000-ൽ നിരസിക്കപ്പെട്ടു.

# 11. യു. കെ. വാസുദേവൻ ആചാരി

അഖില തിരുവിതാംകൂർ വിശ്വകർമ്മ മഹാസഭയും വിശ്വകർമ്മ മഹായോഗവും 1950 ൽ സംയോജിച്ച് അഖില കേരള വിശ്വകർമ്മ മഹാസഭ നിലവിൽ വന്നതിനു ശേഷമുള്ള പ്രഥമ സംസ്ഥാന പ്രസിഡന്റായിരുന്നു യു. കെ. വാസുദേവൻ ആചാരി. കേരളത്തിലെ വിശ്വകർമ്മ സമുദായങ്ങളുടെ സാമൂഹിക-വിദ്യാഭ്യാസപരമായി ഉയർച്ചക്ക് നിരന്തര ബോധവൽക്കരണ-സംഘടനാ പ്രവർത്തനം നടത്തിയ വാസുദേവൻ ആചാരി വിശ്വകർമ്മജരെ സംബന്ധിച്ചിടത്തോളം സമുദായാചാര്യൻ ആണ്.

പത്തനംതിട്ട ജില്ലയിലെ മെഴുവേലി എന്ന സ്ഥലത്ത് മൂലൂർ എസ്. പത്മനാഭപ്പണിക്കർ മെമ്മോറിയൽ ഹൈസ്കൂളിലെ അധ്യാപകനായിരുന്നു അദ്ദേഹം. ചിറയൻകീഴ് സ്വദേശിയും ബി. എ. ബിരുദധാരിയും ആയ യു. കെ. വാസുദേവൻ ആചാരി, ഇന്ത്യൻ സ്വാതന്ത്ര്യ സമരവുമായി ബന്ധപ്പെട്ട പ്രവർത്തകനുമായിരുന്നു. സമുദായത്തിലെ മുൻനിര പ്രവർത്തകരായിരുന്ന പന്തളം എം. എൻ. കൃഷ്ണൻ ആചാരിയും ഉള്ളന്നൂർ പി. കെ. കേശവൻ ആചാരിയും യു. കെ. വാസുദേവൻ ആചാരിയും ആയി ചേർന്ന് സംഘടനാ പ്രവർത്തനം നടത്തിയിരുന്നു.

മധ്യതിരുവിതാംകൂർ വിശ്വകർമ്മ യുവജന സംഘത്തിന്റെ നേതൃത്വത്തിൽ 1946 മെയ് 4, 5 തീയതികളിൽ പന്തളത്തു വച്ച് നടന്ന സമ്മേളനത്തിൽ തിരുവിതാംകൂറിലെ വിവിധ വിശ്വകർമ്മ സംഘടനകളെ യോജിപ്പിച്ചുകൊണ്ട് വിശ്വകർമ്മ യുവജന സംഘം എന്ന സംഘടനയ്ക്ക് രൂപം നൽകി.

തിരുവിതാംകൂറിലെ വിവിധ ഭാഗങ്ങളിലുള്ള വിശ്വകർമ്മജരെ കണ്ടെത്തുന്നതിനും അവരിൽ സംഘടനാ ബോധം വളർത്തുന്നതിനുമായി യു. കെ. വാസുദേവൻ ആചാരി കാൽനടയായി യാത്ര ചെയ്തു. തിരുവിതാംകൂറിലെ വിവിധ ക്ഷേത്രങ്ങളുമായി ബന്ധപ്പെട്ട വിശ്വകർമ്മ ശിൽപ്പികളെ അന്വേഷിച്ചു കണ്ടെത്തി അവർ മുഖേന പരിസരത്തുള്ള മറ്റു വിശ്വകർമ്മജർക്ക് സംഘടനാ ബോധവൽക്കരണം നടത്തുന്നതിന് ഒരു കൂട്ടായ്മ ഉണ്ടാക്കുന്നതിന് ശ്രമിച്ചു.

സജീവ കോൺഗ്രസ് പ്രവർത്തകൻ കൂടിയായിരുന്ന യു. കെ. വാസുദേവൻ ആചാരി തിരുവിതാംകൂർ പ്രദേശ് കോൺഗ്രസ് കമ്മിറ്റിയുടെ അംഗമാകുകയും ചിറയിൻകീഴിനെ പ്രതിനിധീകരിച്ച് എം. എൽ. എ. യും ആയി. തിരുവിതാംകൂർ പ്രജാസഭയിലേക്ക് തെരഞ്ഞെടുക്കപ്പെട്ടു. അദ്ദേഹത്തിന്റെ നേതൃത്വത്തിൽ പന്തളം കേന്ദ്രമായി പ്രവർത്തിച്ചുവന്ന വിശ്വകർമ്മ യുവജനസംഘം, എം. ഐ. നീലകണ്ഠൻ ആചാരിയുടെ നേതൃത്വത്തിൽ മാവേലിക്കരയിൽ പ്രവർത്തിച്ചിരുന്ന വിശ്വകർമ്മയോഗം, വേലു ആചാരിയുടെ നേതൃത്വത്തിൽ തിരുവനന്തപുരത്ത് പ്രവർത്തിച്ചിരുന്ന ആർട്ടിസാൻസ് അസോസിയേഷൻ, പി. കെ. കുമാരൻ ആചാരിയുടെ

നേതൃത്വത്തിൽ കോട്ടയത്ത് പ്രവർത്തിച്ചിരുന്ന വിശ്വകർമ്മ മഹായോഗം, തുടങ്ങിയ സംഘട നകളുടെ സംയോജിപ്പി ച്ചു കൊണ്ട് 1947 ൽ അഖില തിരുവിതാംകൂർ വിശ്വകർമ്മ മഹാസഭ രൂപീകരിച്ചു.

കേരള സംസ്ഥാനം 1956 ൽ രൂപീകരിച്ചതോടുകൂടി സമുദായ പ്രവർത്തനം കൊച്ചി-മലബാർ ഭാഗത്തേ ക്ക് വ്യാപിപ്പിക്കുന്നതിന് ശ്രമമാരംഭിച്ചു. തുടർന്ന് 1957 ൽ അഖില കേരള വിശ്വകർമ്മ മഹാസഭ രൂപീ കരിച്ചപ്പോൾ സഭയുടെ പ്രഥമ സംസ്ഥാന പ്രസി ഡന്റ് ആയി യു. കെ. വാസുദേവൻ ആചാരിയെ തെരഞ്ഞെടുത്തു. തുടർന്ന് അഞ്ചു വാർഷിക സ മ്മേളനങ്ങൾ അദ്ദേഹത്തെ തന്നെയായിരുന്നു മഹാസഭയുടെ പ്രസിഡന്റായി തെരഞ്ഞെടുത്തത്. 1978 ജനുവരി ഒന്നിന് അദ്ദേഹം അന്തരിച്ചു.

# 12. കേരള രാഷ്ട്രീയം: പ്രമുഖ വിശ്വകർമ്മജർ

തിരുവിതാംകൂർ നാട്ടുരാജ്യത്ത് 1888 മുതൽ 1932 വരെ നിലനിൽക്കുന്ന ഭരണസംവിധാനമാണ് തിരുവിതാംകൂർ ലെജിസ്ലേറ്റീവ് കൗൺസിൽ. ശ്രീ ചിത്തിര തിരുനാൾ മഹാരാജാവ് 1932 ഒക്ടോബർ 28 ന് നടപ്പാക്കിയ നിയമ പരിഷ്കാര പ്രകാരം ലെജിസ്ലേറ്റീവ് കൗൺസിൽ ഇല്ലാതാവുകയും പകരം ശ്രീചിത്രാ സ്റ്റേറ്റ് കൗൺസിലും ശ്രീമൂലം അസംബ്ലിയും രൂപം കൊണ്ടു. ജി. നീലകണ്ഠൻ ബി. എ. യും എൻ. വേലു ആചാരിയുമാണ് വിശ്വകർമ്മ സമുദായത്തെ പ്രതിനിധീകരിച്ച് ശ്രീമൂലം അസംബ്ലിയിലേക്ക് തെരഞ്ഞെടുക്കപ്പെട്ടത്.

തിരുവിതാംകൂർ കോൺസ്റ്റിറ്റയുവെൻറ് അസംബ്ലിയിലേക്ക് 1948 നടന്ന തെരഞ്ഞെടുപ്പിൽ യു. കെ. വാസുദേവൻ ആചാരി ബി. എ. (ചിറയിൻകീഴ്), ജി. നീലകണ്ഠൻ ബി. എ. (കൊല്ലം), പി. കെ. കുമാരൻ ആചാരി ബി. എസ്. സി. എൻജിനീയറിങ് (കോട്ടയം), കൊട്ടാരക്കര കെ. രാമചന്ദ്രൻ (പത്തനംതിട്ട), ആരുവാമൊഴി രാമകൃഷ്ണൻ ആചാരി (നെയ്യാറ്റിൻകര) എന്നീ അഞ്ചു പേർ വിശ്വകർമ്മ സമുദായത്തെ പ്രതിനിധീകരിച്ച് തെരഞ്ഞെടുക്കപ്പെട്ടു. കേരള നിയമസഭയിൽ 1970-77 കാലഘട്ടത്തിൽ തെങ്ങമം ബാലകൃഷ്ണനും (സി. പി. ഐ.) 1980-81 ൽ സി. പി. എം. ന്റെ വനിതാ പ്രവർത്തക പി. ദേവൂട്ടിയും വിശ്വകർമ്മ സമുദായത്തെ പ്രതിനിധീകരിച്ചു.

രാഷ്ട്രീയ അട്ടിമറിയിലൂടെ 1982 കരുണാകരൻ മന്ത്രി സഭ അധികാരമേറ്റപ്പോൾ പി. ദേവൂട്ടി വീണ്ടും തെരഞ്ഞെടുക്കപ്പെട്ടു. മാള മണ്ഡലത്തിൽ നിന്ന് 2001 ൽ റ്റി. യു. രാധാകൃഷ്ണനനും (കോൺഗ്രസ്സ്) 2006 ൽ എ. കെ. ചന്ദ്രനും (സി. പി. ഐ.) തെരഞ്ഞെടുക്കപ്പെട്ടു. നിയമസഭ തെരഞ്ഞെടുപ്പിനൊപ്പം 1977ൽ നടന്ന പാർലമെന്റ് തെരഞ്ഞെടുപ്പിൽ കൊല്ലം മണ്ഡലത്തിൽ നിന്ന് സി. പി. എം. പിന്തുണയോടെ സ്വതന്ത്ര സ്ഥാനാർത്ഥിയായി അന്ന് അഖില കേരള വിശ്വകർമ്മ മഹാസഭയുടെ പ്രസിഡന്റ് ആയിരുന്ന അഡ്വ: എം. രാജഗോപാലൻ മത്സരിച്ചെങ്കിലും വിജയിച്ചില്ല.

1982 ലെ നിയമസഭാ തെരഞ്ഞെടുപ്പിൽ വിശ്വകർമ്മ സമുദായ അംഗങ്ങളെ രാഷ്ട്രീയ മുന്നണികൾ പരിഗണിക്കാതിരുന്ന സാഹചര്യത്തിൽ അഡ്വ: എം. രാജഗോപാലന്റെ നേതൃത്വത്തിൽ മഹാരാഷ്ട്രയിൽ ഭരണ കക്ഷി ആയിരുന്ന പെസന്റ് ആൻഡ് വർക്കേഴ്സ് പാർട്ടിയുടെ കേരള ഘടകം രൂപീകരിച്ചു. പാർട്ടി സ്ഥാനാർഥികളായി അഡ്വ: രാജഗോപാലൻ (കൊല്ലം), കെ. നിർമലാനന്ദൻ (ഇരവിപുരം), ഉള്ളൂർ ഗോപി (തിരുവനന്തപുരം) എന്നിവർ മത്സരിച്ചുവെങ്കിലും തുടർന്ന് പാർട്ടി പ്രവർത്തനം മുന്നോട്ടു കൊണ്ടു പോകാൻ കഴിഞ്ഞില്ല.

# കേരള പബ്ലിക് സർവീസ് കമ്മീഷൻ അംഗങ്ങൾ

കേരള പബ്ലിക് സർവീസ് കമ്മീഷനിൽ വിശ്വകർമ്മ സമുദായത്തെ പ്രതിനിധീകരിച്ച അംഗങ്ങൾ:- തിരുനല്ലൂർ കരുണാകരൻ (1975-1981), തെങ്ങമം ബാലകൃഷ്ണൻ (1981-1987), എം. ശ്രീധരൻ ആചാരി അമ്പലപ്പുഴ (1988-1994), അഡ്വ. പി. ആർ. ദേവദാസ് കൊല്ലം (2005-2010), ഡോ. കെ. പി. സജിലാൽ (2017-തുടരുന്നു).

# ഗ്രന്ഥാവലോകനം

അഖില കേരള വിശ്വകർമ്മ മഹാസഭയുടെ സംസ്ഥാന ജനറൽ സെക്രട്ടറി എം. വി. രാജഗോപാലൻ തയ്യാറാക്കിയ '**അഖില കേരള വിശ്വകർമ്മ മഹാസഭ ഏഴര പതിറ്റാണ്ടിന്റെ സംക്ഷിപ്ത ചരിത്രം**' എന്ന പുസ്തകം സമുദായ സ്നേഹികളെ സംബന്ധിച്ചിടത്തോളം വളരെ പ്രധാനപ്പെട്ടതാണ്.

കേരളത്തിലെ വിശ്വകർമ്മ സമുദായ അംഗങ്ങളുടെ എക്കാലത്തെയും ആവേശമായ അഖില കേരള വിശ്വകർമ്മ മഹാസഭയെ സ്നേഹിക്കുന്ന ഏതൊരാൾക്കും ഉത്ഭവം മുതൽ സമകാലീനഘട്ടം വരെയുള്ള കാര്യങ്ങളിലേക്ക് വെളിച്ചം വീശുന്ന ഒരു രേഖ അത്യന്താപേക്ഷിതമാണ്. അതിനെ സാധൂകരിക്കുന്ന ഒന്നാണ് ഈ പുസ്തകം.

ഭാരതം സ്വാതന്ത്ര്യം പ്രാപിക്കുന്ന കാലഘട്ടത്തിനു മുൻപ് മുതൽ വിശ്വകർമ്മജരെ സംഘടിപ്പിക്കാൻ വേണ്ടി സ്ഥാപിതമായ മധ്യതിരുവിതാംകൂർ യുവജന സംഘം എന്ന സംഘടന മുതൽ ഇന്ന് നിലനിൽക്കുന്ന അഖില കേരള വിശ്വകർമ്മ മഹാസഭ വരെയുള്ള സുദീർഘമായ കാലഘട്ടത്തിന്റെ ഒരു സമഗ്രവിവരണം ഈ പുസ്തകത്തിൽ നിന്ന് നമുക്ക് ലഭിക്കും.

വിശ്വകർമ്മ സംഘടനകളെകുറിച്ചുള്ള ചരിത്രം ആഗ്രഹിക്കുന്ന ഏതൊരാൾക്കും ഈ പുസ്തകം ഒരു പഠന സഹായിയാണ്. സഭയുടെ ആദ്യകാലം മുതൽ ഇന്നുവരെ നേതൃത്വത്തിൽ ഇരുന്ന എല്ലാ നേതാക്ക

ന്മാരെയും കുറിച്ചുള്ള വിവരങ്ങൾ ഈ പുസ്തകം നമുക്ക് കാട്ടിത്തരും.

ശാഖ പ്രവർത്തനങ്ങളിൽ 1968 കാലഘട്ടം മുതൽ പങ്കെടുത്തിരുന്ന സംഘടനാ പ്രവർത്തകനായിരുന്നു ഞാനും. മഹാസഭ ഡയറക്ടർ ബോർഡിലേക്കും കൗൺസിലിലേക്കും പിന്നീട് സംസ്ഥാന സെക്രട്ടറി തലത്തിലേക്കും 1998 ലാണ് പ്രവർത്തനം വ്യാപിപ്പിച്ചത്. ആ കാലം മുതൽ നമ്മുടെ സഭയുടെ പ്രവർത്തനങ്ങളുടെ സമഗ്രമായ ജ്ഞാനം എനിക്കുണ്ടായിട്ടുണ്ട്. മുൻപും സംഘടനാ പ്രശ്നങ്ങൾ ഏറെ ഉണ്ടായിരുന്നെങ്കിലും 2000 ൽ കൊല്ലത്ത് വെച്ച് നടന്ന തെരഞ്ഞെടുപ്പിന് ശേഷമാണ് എ. കെ. വി. എം. എസ്. ൽ ഇന്ന് നിലനിൽക്കുന്ന സകല പ്രശ്നങ്ങളും ഉടലെടുക്കുന്നത്. ആ സമയത്ത് സംസ്ഥാന പ്രസിഡന്റും ജനറൽ സെക്രട്ടറിയും സഹകരിച്ചിരുന്നെങ്കിലും പിന്നീട് അഭിപ്രായഭിന്നത ഉടലെടുത്തു.

സഭയുടെ ഡയറക്ടർ ബോർഡ് യോഗത്തിൽ അവതരിപ്പിച്ച ലയനപ്രശ്നമാണ് പിന്നീടങ്ങോട്ടുള്ള തകർച്ചയ്ക്ക് വഴിമരുന്നിട്ടത്. വിശ്വകർമ്മജരുടെ ഇടയിൽ സമാന്തരമായി പ്രവർത്തിച്ചിരുന്ന വിശ്വകർമ്മ സർവീസ് സൊസൈറ്റിയും തമിഴ് വിശ്വകർമ്മ സമൂഹവും അഖില കേരള വിശ്വകർമ്മ മഹാസഭയിൽ നിരുപാധികം ലയിക്കാൻ തയ്യാറാണെന്നും അങ്ങനെ വിശ്വകർമ്മജർക്ക് ഏക സംഘടനയെന്ന സ്വപ്നം സാക്ഷാത്കരിക്കുന്നതിലൂടെ ഭരണകൂടത്തിലും അധികാര സ്ഥാനങ്ങളിലും വിശ്വകർമ്മജർക്ക് പ്രാതിനിധ്യം കിട്ടുമെന്ന് കുറേ പേരെയെങ്കിലും വിശ്വസിപ്പിക്കാൻ തെരെഞ്ഞെടുക്കപ്പെട്ട ചില നേതാക്കൾക്ക് കഴിഞ്ഞു. എന്നാൽ അതിൽ അടങ്ങിയി

രിക്കുന്ന ചതി ആഴത്തിൽ ഉൾക്കൊള്ളുവാൻ കുറച്ചു പേർക്കു മാത്രമേ കഴിഞ്ഞുള്ളൂ. അവരുടെ അഭിപ്രായങ്ങൾ പലരും ചെവിക്കൊണ്ടതുമില്ല.

വിശ്വകർമ്മ മഹാസഭയുടെ നിയമാവലി ആഴത്തിൽ പഠിച്ചിട്ടുള്ള ഞാനുൾപ്പെടെയുള്ള പല അംഗങ്ങളും വിമത വിഭാഗത്തിന്റെ ശ്രമത്തെ എതിർക്കുകയുണ്ടായി. ഒന്നാകാൻ വേണ്ടിയുള്ള പ്രവർത്തനം ഒമ്പതാക്കി മാറുകയുള്ളൂ എന്ന ഞങ്ങളുടെ മുന്നറിയിപ്പ് അവഗണിക്കപ്പെട്ടു. ഫലം എന്തായി സഭയിൽ പിളർപ്പ് ഉണ്ടാകുകയും സഭയെ സംരക്ഷിക്കുന്നതിന് കേസുകളുടെ ഒരു കുത്തൊഴുക്ക് തന്നെയുണ്ടായി. ധനനഷ്ടവും മാനഹാനിയും മാത്രം ഫലം. കേസുകളുടെയും വിധികളുടെയും രത്നച്ചുരുക്കം പുസ്തകത്തിൽ വിവരിക്കുന്നുണ്ട്. അവധാനതയോടെ ശ്രദ്ധിച്ചാൽ സഭാ പ്രശ്നങ്ങളുടെ കാതൽ ഏതൊരാൾക്കും ബോധ്യമാകും.

അവസാനമായി കേരള ഹൈക്കോടതിയുടെ ചുമതലയിൽ മഹാസഭ തെരഞ്ഞെടുപ്പ് നടത്തണമെന്ന് ആവശ്യപ്പെട്ട് ജനറൽ സെക്രട്ടറി എം. വി. രാജഗോപാലൻ നൽകിയ ഹർജി സ്വീകരിച്ചു കൊണ്ട് അഡ്വ: ശ്രീലാൽ വാര്യരെ തെരഞ്ഞെടുപ്പ് കമ്മീഷണർ ആയി നിയമിച്ചിരിക്കുന്നു. കോടതിയുടെ നിയന്ത്രണത്തിൽ തെരഞ്ഞെടുപ്പ് നടന്നാൽ ഈ അസ്ഥിരതക്ക് ഒരു അവസാനം ഉണ്ടാകും.

മഹാസഭയുടെ നേതൃത്വത്തിൽ 22 വർഷങ്ങളോളം പ്രവർത്തിച്ച എല്ലാ നേതാക്കന്മാരും ഇനി നടക്കാൻ പോകുന്ന തെരഞ്ഞെടുപ്പിൽ നിന്നും മാറി നിന്ന് പുതിയ ആളുകൾക്കും യുവാക്കൾക്കും അവസരം നൽകട്ടെ എന്ന് ആഗ്രഹിക്കുന്നു. അഖില കേരള

വിശ്വകർമ്മ മഹാസഭ അതിന്റെ സ്വത്വം നിലനിർത്തിക്കൊണ്ട് പൊതുനന്മയ്ക്കായി പ്രവർത്തിക്കുന്ന സംഘടനയായി മാറട്ടെ എന്ന് ആത്മാർത്ഥമായി പ്രാർത്ഥിക്കുന്നു. എല്ലാ ആശംസകളോടെയും ഈ പുസ്തകം നമുക്ക് സ്വീകരിക്കാം.

പല്ലന മുരളി,

ചാലിൽ വീട്, കാർത്തികപ്പള്ളി

08/05/2022

# അഭിപ്രായം

പ്രിയ രാജേട്ടന്,

അഖില കേരള വിശ്വകർമ്മ മഹാസഭയുടെ സംഘടനാപരമായ, പലരും അറിയാത്ത വിഷയങ്ങളും സംഭവങ്ങളും പൊതു അറിവിലേക്കായി തുറന്ന് എഴുതുവാനുള്ള സന്മനസ്സിന് പ്രത്യേക അഭിനന്ദനം അറിയിക്കുന്നു. അഖില കേരള വിശ്വകർമ്മ മഹാസഭയുടെ ചരിത്രവും കാലിക പ്രതിസന്ധികളും പരിഹാര മാർഗ്ഗങ്ങളും ഇതിൽ അനാവരണം ചെയ്യപ്പെടുന്നു. സംഘടനയെ പ്രതിസന്ധികളിലേക്ക് എത്തിച്ച നാൾവഴി വിവരണങ്ങൾ സത്യസന്ധവും ആധികാരികമാണെന്ന് പറയാതെ വയ്യ. ഇനിയെങ്കിലും പരസ്പരം ഐക്യപ്പെടാനുള്ള നിയമാനുസൃതമായ ശ്രമങ്ങൾക്ക് ഈ പുസ്തകം പ്രചോദനമാകട്ടെ എന്ന് ആശംസിക്കുന്നു.

ടി. ഡി. പ്രദീപ്കുമാർ

കോട്ടയം

അഖില കേരള വിശ്വകർമ്മ മഹാസഭയുടെ കഴിഞ്ഞ 21 വർഷത്തിനു മേൽ ജനറൽ സെക്രട്ടറി സ്ഥാനം വഹിക്കുന്ന എം. വി. രാജഗോപാലൻ സാറിന്,

മാതൃസംഘടനയായ അഖില കേരള വിശ്വകർമ്മ മഹാസഭയെ, ബഹുഭൂരിപക്ഷം നെഞ്ചിലേറ്റിയ സം ഘടനയെ, നിയമസഭാ തെരഞ്ഞെടുപ്പിലെ ധാരണ യ്ക്ക് പിന്നിലൂടെ ചില വ്യക്തികൾക്ക് കിട്ടുന്ന സ്ഥാ നമാനങ്ങൾക്ക് വേണ്ടി മഹാസഭയുടെ തെരെ ഞ്ഞെടുക്കപ്പെട്ട ചില നേതാക്കൾ ചേർന്ന് സഭയെ തകർക്കുന്ന നിലപാട് കൈക്കൊണ്ടു. അതിനെ ചോദ്യം ചെയ്തപ്പോൾ ഏക സംഘടനാ വിരുദ്ധ നെന്ന് മുദ്രകുത്തി ദ്രോഹിച്ചപ്പോഴും സാമ്പത്തിക-സമയ നഷ്ടങ്ങൾ വകവെക്കാതെ അഖില കേരള വിശ്വകർമ്മ മഹാസഭയെ സംരക്ഷിച്ചു നിലനിർത്തി.

മഹാസഭയുടെ സ്വത്തു വകകൾ സംരക്ഷിക്കുകയും വഴുവാടി വിശ്വകർമ്മ സ്കൂളിൽ അധ്യാപക നിയ മനം മൂലം ലഭിക്കുന്ന സാമ്പത്തിക നേട്ടത്തിനു വേണ്ടി ശ്രമം നടത്തിയവരുടെ ലക്ഷ്യത്തെ തടഞ്ഞ് മഹാ സഭയുടെ കാവലാളായി നിന്ന എം. വി. രാജാഗോപാലൻ തന്റെ ഈ ഗ്രന്ഥത്തിൽ സഭയുടെ സ്ഥാപക നേതാക്കൾ, ആദ്യകാല പ്രവർത്തകർ, അവരുടെ പ്രവർത്തനങ്ങൾ, കമ്പനി നിയമവും സഭാനിയമാവലിയും അറിയാത്തതുകൊണ്ട് ഉണ്ടാ യിട്ടുള്ള വീഴ്ചകൾ എന്നിവയെ കുറിച്ച് പ്രതി പാദിച്ചിട്ടുണ്ട്.

വരുംകാല സമുദായ പ്രവർത്തനം കുറ്റമറ്റതായി മഹാസഭ നിയമാവലിയിൽ നിന്നുകൊണ്ട് പ്രവർ ത്തിക്കാൻ ഈ പുസ്തകം ഉപകരിക്കും. ഇത്തര

ത്തിൽ ഒരു പുസ്തകം എഴുതി സമർപ്പിച്ച എം. വി. രാജഗോപാലൻ സാറിന് എന്റെയും ഡയറക്ടർ ബോർഡിന്റെയും സ്നേഹം നിറഞ്ഞ നന്ദിയും കടപ്പാടും അറിയിക്കുന്നു.

വി. ടി. റെജി

(കൗൺസിലർ, കോട്ടയം)

# അവലംബം

1. 1947 ഡിസംബർ അഞ്ചിന് ജോയിന്റ് സ്റ്റോക്ക് കമ്പനിയായി രജിസ്റ്റർ ചെയ്ത അഖില തിരുവിതാംകൂർ വിശ്വകർമ്മ മഹാസഭയുടെ രജിസ്ട്രേഷൻ സർട്ടിഫിക്കറ്റിൽ നിന്നുള്ള വിവരങ്ങൾ.
2. അഖില കേരള വിശ്വകർമ്മ മഹാസഭ 1968 ഡിസംബർ 21 ന് നടത്തിയ 19-മത് വാർഷിക റിപ്പോർട്ടിന്റെ 5-)൦ പേജിൽ നിന്ന് എടുത്തിട്ടുള്ളത്.
3. വി. എസ്. എസ് ജനറൽ സെക്രട്ടറി കീച്ചേരി തങ്കപ്പൻ ആചാരി 1967 ആഗസ്ത് 1 ന് പുറത്തിറക്കിയ നം.1 വിജ്ഞാപനത്തിന്റെ ഒന്നാം പേജിൽ നിന്ന് നിന്നും എടുത്തിട്ടുള്ളത്.
4. മഹാസഭ ജനറൽ സെക്രട്ടറി പി. പരമേശ്വരൻ ശാസ്ത്രികൾ 1968 സെപ്റ്റംബർ 23 ന് പ്രസിദ്ധീകരിച്ച 7/67-68 നമ്പർ സർക്കുലറിന്റെ ഒന്ന്, രണ്ട് പേജുകളിൽ നിന്ന് എടുത്തിട്ടുള്ളത്.
5. മഹാസഭ പ്രസിഡന്റ് അഡ്വ. എൻ. രാജഗോപാലനും സെക്രട്ടറി എൻ. പി. രാഘവൻ ആചാരിയും ചേർന്ന് 1974 മാർച്ച് 8 ന് സർക്കാരിന് നൽകിയ നിവേദനത്തിന്റെ ഏഴ്, എട്ട് പേജുകളിൽ നിന്നുള്ള പ്രസക്തഭാഗം.
6. സഭ ജനറൽ സെക്രട്ടറിയും സമരസമിതി കൺവീനറുമായ എം. വി. രാഘവൻ ആചാരി 1975 മാർച്ച് 2 ന് പ്രസിദ്ധീകരിച്ച സർക്കുലറിന്റെ ഒന്ന്, രണ്ട് പേജുകളിൽ നിന്ന് എടുത്തിട്ടുള്ളത്.
7. 2016 സെപ്റ്റംബർ 22 ന് മാതൃഭൂമി ദിനപത്രം പത്തനംതിട്ട എഡിഷനിൽ പ്രസിദ്ധീകരിച്ച വാർത്തയിൽനിന്നുള്ള പ്രസക്തഭാഗം.
8. മഹാസഭയുടെ തെരഞ്ഞെടുപ്പ് നടത്തണമെന്നാവശ്യപ്പെട്ട്, ആർ. എസ്. എ. 1030/2017 കേസിലെ ഒന്നാം പ്രതി എം. വി. രാജഗോപാലൻ ഹൈക്കോടതിയിൽ നൽകിയ ഐ. എ. നം. 1/2019 കേസിലെ 2019 സെപ്റ്റംബർ 5 ൽ ഇറങ്ങിയ ഉത്തരവിന്റെ പ്രസക്തഭാഗത്തിന്റെ മലയാള പരിഭാഷ.
9. മഹാസഭ 2001 മാർച്ച് 4 ന് ചേർന്ന താലൂക്ക് യൂണിയൻ പ്രസിഡന്റ്/സെക്രട്ടറിമാരുടെ സംയുക്ത യോഗത്തിൽ അവതരിപ്പിച്ച പ്രമേയം.

10. തമിഴ് വിശ്വകർമ്മ സമൂഹത്തിന്റെ ജനറൽ സെക്രട്ടറി 2001 ഫെബ്രുവരി 26 ന്, മഹാസഭ സംസ്ഥാന പ്രസിഡന്റിന് അയച്ചു കൊടുത്ത കത്ത് SR 2/2001 ലെ പ്രസക്ത ഭാഗം.
11. വി. എസ്. എസ്. 2001 മാർച്ച് 4 ന് പെരുന്നയിൽ ചേർന്ന ജനറൽ ബോഡിയോഗത്തിൽ അവതരിപ്പിച്ച പ്രമേയം-1 ൽ നിന്നുള്ള പ്രസക്തഭാഗം.
12. കോട്ടയം പ്രിൻസിപ്പൽ സബ് കോടതിയിൽ ഫയൽ ചെയ്ത ഒ. എസ്. നമ്പർ 105/2001 കേസിന്റെ ഐ. എ 852/2001 കേസിൽ ഉന്നയിച്ചിരിക്കുന്ന ആവശ്യം അംഗീകരിച്ച് 2001 മാർച്ച് 12 ന് ഇറങ്ങിയ ഉത്തരവിന്റെ പേജ്-2 ൽ നിന്നുള്ള പ്രസക്തഭാഗം.
13. ഐ. എ. 852/2001 കേസിൽ ഉന്നയിച്ചിരിക്കുന്ന ആവശ്യം അംഗീകരിച്ച കോട്ടയം പ്രിൻസിപ്പൽ സബ് കോടതിയുടെ ഉത്തരവ് റദ്ദ് ചെയ്തു കൊണ്ട് അതേ കോടതി 2002 സെപ്റ്റംബർ 18 ന് ഇറക്കിയ ഒ. എസ് 105/01 ഉത്തരവിന്റെ 24 പേജിൽ നിന്ന്.
14. വിശ്വകർമ്മ സർവീസ് സൊസൈറ്റി 2001 മാർച്ച് 14 ന് പ്രസിദ്ധീകരിച്ച സർക്കുലർ No.VSS/HO /105/2001 ന്റെ പേജ്-2 ലെ സൂചന 3, 6.
15. നോൺ-ട്രേഡിങ് കമ്പനി രജിസ്ട്രാറുടെ 2001 ഡിസംബർ 4 ന് എൽ-2-20453/2001 നമ്പർ ഉത്തരവ് പേജ്-2 ൽ നിന്നുള്ള പ്രസക്ത ഭാഗം.
16. ചെങ്ങന്നൂർ സബ് കോടതി 2010 ജനുവരി 30 ന് പുറപ്പെടുവിച്ച ഒ. എസ്. 85/2008 നമ്പർ സംയുക്ത വിധിയുടെ പേജ് 49, 50 ൽ നിന്നുള്ള പ്രസക്തഭാഗങ്ങൾ.
17. രജിസ്ട്രേഷൻ വകുപ്പ് സംഘടനയുടെ പേരുമാറ്റം അംഗീകരിച്ചുകൊണ്ട് 2002 ഏപ്രിൽ 17 ന് പുറപ്പെടുവിച്ച 1107/ഇ2/2002/റ്റി. ഡി നമ്പർ ഉത്തരവ്.
18. നോൺ-ട്രേഡിങ് കമ്പനി രജിസ്ട്രാർ 2002 ഏപ്രിൽ 18 ന് പുറപ്പെടുവിച്ച എൽ 2-20453 /2001 നമ്പർ ഉത്തരവ്.
19. ഹൈക്കോടതി സിംഗിൾ ബെഞ്ച് 2003 മാർച്ച് 21 ന് പുറപ്പെടുവിച്ച ഒ. പി. നം: 12776/2002 ഉത്തരവ് പേജ്-6.

20. ഹൈക്കോടതി ഡിവിഷൻ ബെഞ്ച് 2006 മാർച്ച് 9 ന് പുറപ്പെടുവിച്ച റിട്ട് അപ്പീൽ നം: 618/2003 (ബി) ഉത്തരവ് പേജ് -5 ൽ നിന്നുള്ള പ്രസക്ത ഭാഗങ്ങൾ.
21. 2006 മെയ് 16 ന് റെജിസ്ട്രാർ പുറത്തിറക്കിയ എൽ. 2-20453/01 നമ്പർ ഉത്തരവ് പേജ്-3 ൽ നിന്നുള്ള പ്രസക്ത ഭാഗങ്ങൾ.
22. നോൺ-ട്രേഡിങ് കമ്പനി രജിസ്ട്രാർ 2006 മെയ് 30 ന് പുറത്തിറക്കിയ ഉത്തരവ്.
23. നോൺ ട്രേഡിങ് കമ്പനി രജിസ്ട്രാറുടെ ഉത്തരവ് നടപ്പാക്കുന്നത് താൽക്കാലികമായി തടഞ്ഞുകൊണ്ട് ഹൈക്കോടതി 2006 ജൂലൈ 17 ന് ഇറക്കിയ സ്റ്റേ ഉത്തരവ്.
24. വി. വി. ഗോപി 2009 ജനുവരി 12 ന് ഹൈക്കോടതിയിൽ കൊടുത്ത റിട്ട് പെറ്റീഷനുള്ള ഉത്തരവ് 1135/2009.
25. മഹാസഭ ജനറൽ സെക്രട്ടറി എം. വി. രാജഗോപാലനും താൽക്കാലിക പ്രസിഡന്റ് വി. കെ. ശേഖറും ചേർന്ന് ഹൈക്കോടതിയിൽ നൽകിയ റിട്ട് പെറ്റീഷൻ 18648/2006 ന് 2016 ഫെബ്രുവരി 9 ൽ ഇറങ്ങിയ ഉത്തരവിന്റെ പേജ്-2, 3 ൽ നിന്നുള്ള പ്രസക്ത ഭാഗങ്ങൾ.
26. നോൺ-ട്രേഡിങ് കമ്പനി രജിസ്ട്രാർ 2016 ഓഗസ്റ്റ് 23 ന് പുറത്തിറക്കിയ എൽ. 2-20453/01 ഉത്തരവ് പേജ്-4, 5 ൽ നിന്നുള്ള പ്രസക്തഭാഗങ്ങൾ.
27. 2014 ഏപ്രിൽ 20 ന് മാവേലിക്കരയിൽ ചേർന്ന സംസ്ഥാന വാർഷിക പ്രതിനിധി സമ്മേളനം അജണ്ട പേജ് 4.
28. സംസ്ഥാന വാർഷിക പ്രതിനിധി സമ്മേളനം സ്വാഗതസംഘം ജനറൽ കൺവീനർ 2014 ഏപ്രിൽ 19 ന് ആലപ്പുഴ അവധി കോടതിയിൽ നൽകിയ കവിയേറ്റിൽ നിന്ന് യഥാ ക്രമം 2,3,6,8 ഖണ്ഡികകളിലെ സൂചനകൾ.
29. ചെങ്ങന്നൂർ സബ് കോടതിയിൽ 2015 ഡിസംബർ 19 ന് ഫയൽ ചെയ്ത സി. എം. എ. 8/2015 അപ്പീൽ കേസിന്റെ വിധി പേജ് 8, 9 ൽ നിന്നുള്ള പ്രസക്തഭാഗങ്ങൾ
30. ഒ. പി. (സി) നം: 970/2017 സ്റ്റേ ഉത്തരവ്.
31. മാവേലിക്കര സംസ്ഥാന വാർഷിക പ്രതിനിധി സമ്മേളനം നിയമപരമായി അല്ലാതെ തെരഞ്ഞെടുത്ത ഭരണസമിതി അംഗങ്ങൾ മഹാസഭയുടെ ഭരണ നിർവ്വഹണം നടത്തുന്നതിന്

നിരോധിച്ചു കൊണ്ട് ചെങ്ങന്നൂർ മുൻസിഫ് കോടതി ഒ. എസ്. നം. 246/2014 ഉത്തരവ്.

32. 2016 സെപ്റ്റംബർ 27 ന് മലയാള മനോരമ പ്രസിദ്ധീകരിച്ച വാർത്ത.
33. ചെങ്ങന്നൂർ സബ് ഡിവിഷണൽ മജിസ്ട്രേറ്റ് 2016 ഒക്ടോബർ 18 ന് ഇറക്കിയ നം. 4266/ 2016/എച്ച് ഉത്തരവ്.
34. 2017 ഓഗസ്റ്റ് 25 ന് ഹൈക്കോടതി പുറപ്പെടുവിച്ച ക്രിമിനൽ ആർ. പി. നം: 1757/2016 ഉത്തരവ് പേജ് -9.
35. ഹൈക്കോടതി 2002 ജനുവരി 30 ന് ഒ. പി. നം. 3302/2002 പുറപ്പെടുവിച്ച ഉത്തരവ്.
36. വിദ്യാഭ്യാസ ഡയറക്ടർ സ്കൂൾ മാനേജർ നിയമനം സംബന്ധിച്ച് മാവേലിക്കര എ. ഇ. ഒ. ക്ക് 2002 ഏപ്രിൽ 23 ന് നൽകിയ നിർദേശം.
37. മാവേലിക്കര എ. ഇ. ഒ. 2017 ജൂൺ 16 ന് ഇറക്കിയ ഉത്തരവ്.
38. സ്കൂൾ മാനേജർ സ്ഥാനം തൽക്കാലം മാവേലിക്കര എ. ഇ. ഒ. യെ ചുമതലപ്പെടുത്തി കൊണ്ടുള്ള പൊതുവിദ്യാഭ്യാസ അഡീഷണൽ ഡയറക്ടർ 2019 ഓഗസ്റ്റ് 5 ന് ഇറക്കിയ ഉത്തരവിന്റെ പേജ്-4 ൽ നിന്നുള്ള പ്രസക്തഭാഗങ്ങൾ.
39. ഹൈക്കോടതിയിൽ ഫയൽ ചെയ്ത ആർ. എസ്. എ. നം. 1030/2017 കേസ്.
40. സംഘടനയുടെ തെരഞ്ഞെടുപ്പ് സംബന്ധിച്ച് ജനറൽ സെക്രട്ടറി എം. വി. രാജഗോപാലൻ ഹൈക്കോടതിയിൽ നൽകിയ ഐ. എ. നം. 1/2019 കേസിന്റെ 2019 സെപ്റ്റംബർ 5 ന് ഇറങ്ങിയ ഉത്തരവിന്റെ പേജ്-3 ലെ രണ്ടാമത്തെ ഖണ്ഡിക.
41. ഹൈക്കോടതി 2022 മെയ് 23 ന് പുറപ്പെടുവിച്ച ആർ. എസ്. എ. നം. 1030/2017 ഉത്തരവിന്റെ രണ്ടാമത്തെ ഖണ്ഡിക.
42. സ്കൂൾ മാനേജർ സ്ഥാനം തൽക്കാലം മാവേലിക്കര എ. ഇ. ഒ.യെ ചുമതലപ്പെടുത്തി കൊണ്ടുള്ള പൊതുവിദ്യാഭ്യാസ അഡീഷണൽ ഡയറക്ടർ 2019 ഓഗസ്റ്റ് 5 ന് ഇറക്കിയ ഉത്തരവ്.

www.ingramcontent.com/pod-product-compliance
Ingram Content Group UK Ltd.
Pitfield, Milton Keynes, MK11 3LW, UK
UKHW020424061026
15625UKWH00005B/244

9 798895 196946